முன்கூறப்பட்ட சாவின் சரித்திரம்

# முன்கூறப்பட்ட சாவின் சரித்திரம்

**காப்ரியேல் கார்சியா மார்க்கேஸ்** (1927 – 2014)

காப்ரியேல் கார்சியா மார்க்கேஸ் கொலம்பியாவிலுள்ள அரக்காடாக்காவில் பிறந்தார். பொகோட்டா பல்கலைக்கழகத்தில் பயின்றார். பின்னர் கொலம்பியச் செய்தித்தாள் *எல் எஸ்பெக்டடோ*ரில் பணியாற்றினார். ரோம், பாரிஸ், பார்சிலோனா, காரகாஸ், நியூயார்க் நகரங்களில் வெளிநாட்டுச் செய்தியாளராக இருந்தார். இடதுசாரி ஆதரவாளரான மார்க்கேஸ் கியூபா உள்ளிட்ட லத்தீன் அமெரிக்க நாடுகளில் நடந்த புரட்சிகளின் சக பயணியாக இருந்தார். அதற்காகத் தலைமறைவு வாழ்க்கையையும் மேற்கொண்டார்.

பத்திரிகைப் பணிக்காலத்திலேயே இலக்கியப் படைப்பாக்கத்திலும் ஈடுபட்டார். 'லீஃப் ஸ்டோர்ம்' *(Leaf Storm - 1955)* என்ற முதல் குறுநாவல் மூலம் தென்னமெரிக்க இலக்கியத்தில் கவனத்துக் குரியவரானார். 1967இல் வெளியான 'தனிமையின் நூறு ஆண்டுகள்' *(One Hundred Years of Solitude)* ஆங்கில மொழிபெயர்ப்பு மூலம் உலகப் புகழ் பெற்றார். இந்த நாவலை முன்னிறுத்தியே 1982ஆம் ஆண்டு அவருக்கு நோபெல் இலக்கியப் பரிசு வழங்கப்பட்டது. அதன் மூலம் மகத்தான படைப்பாளிகளில் ஒருவராக எல்லா மொழிகளிலும் பேசப்பட்டார். அவரது எல்லா நூல்களும் பல்வேறு மொழிகளில் பெயர்க்கப்பட்டன. 2014 ஏப்ரல் 17இல் தனது 87வது வயதில் மெக்சிகோ சிட்டியில் காலமானார்.

மனைவி மெர்சிடெஸ் பார்ச்சா. மகன்கள் ரோட்ரிகோ கார்சியா, கோன்சாலஸ் கார்சியா.

**அருமை செல்வம்** (பி. 1972)

மொழிபெயர்ப்பாளர்

ஆங்கிலத்தில் இளங்கலைப் பட்டமும் தத்துவத்தில் முதுகலைப் பட்டமும் பெற்ற இவர் ஸ்பெயினில் தங்கி ஸ்பானிய மொழியைக் கற்றவர். ஸ்பானிய ஆவணங்களை ஆங்கிலம் மற்றும் தமிழிலும், ஆங்கில, தமிழ் ஆவணங்களை ஸ்பானிய மொழியிலும் மொழிபெயர்த்தல், மொழிபெயர்ப்பாளர் குழுக்களுக்கு தலைமை வகித்தல், ஸ்பானிய மொழிசார்ந்த மென் திறன்களில் பயிற்சியளித்தல் ஆகிய பணிகளை பெரு நிறுவனங்களுக்காகச் செய்து வருகிறார். இலக்கிய மொழிபெயர்ப்பிலும் ஈடுபட்டிருக்கும் இவர் தற்போது புனேயில் வசித்து வருகிறார்.

**அசதா** (பி. 1973)

மொழிபெயர்ப்பாளர்

சொந்த ஊர் விழுப்புரம் மாவட்டம் முகையூர். கவிஞர், சிறுகதை ஆசிரியர் மற்றும் மொழிபெயர்ப்பாளர். 'பிஷப்புகளின் ராணி' (கவிதை), 'வார்த்தைப்பாடு'(சிறுகதைகள்), இவரது நூல்கள். மரியானோ அஸூவெலாவின்'வீழ்த்தப்பட்டவர்கள்' (நாவல்) 'நீல நாயின் கண்கள்' (சிறுகதைகள்) ஆகியன இவரது மொழிபெயர்ப்பு ஆக்கங்கள். மொழிபெயர்ப்புக்கென 2003இல் திருப்பூர் தமிழ்ச்சங்க விருதும், 2015இல் விகடன் விருதும் பெற்றவர். 2004ஆம் ஆண்டு சாகித்ய அகாதமியின் 'இளம் எழுத்தாளர்களுக்கான பயண நல்கை' இவருக்கு வழங்கப்பட்டது. ஆங்கிலத்தில் முதுகலைப் பட்டம் பெற்ற இவர் பள்ளி ஆசிரியராகப் பணிபுரிகிறார், விழுப்புரத்தில் வசித்துவருகிறார்.

காப்ரியேல் கார்சியா மார்க்கேஸ்

# முன்கூறப்பட்ட சாவின் சரித்திரம்

தமிழில்
**அருமை செல்வம்**
அசதா

காலச்சுவடு பதிப்பகம்

அன்பார்ந்த வாசகருக்கு,

வணக்கம்.

காலச்சுவடு நூலை வாங்கியமைக்கு நன்றி.

நூலின் உள்ளடக்கம், உருவாக்கம், அட்டைப்படம் இன்ன பிற அம்சங்கள் பற்றிய உங்கள் கருத்துகளையும் ஆலோசனைகளையும் காலச்சுவடு வரவேற்கிறது. தகவல், எழுத்து, வாக்கியப் பிழைகள் தென்பட்டால் கட்டாயம் தெரிவித்து உதவுங்கள். நூல் தயாரிப்பில் கடும் குறைபாடு இருப்பின் மாற்றுப் பிரதி உங்களுக்குக் கிடைக்கக் காலச்சுவடு ஏற்பாடு செய்யும்.

மின்னஞ்சல்: **publisher@kalachuvadu.com**

காலச்சுவடு நாகர்கோவில் தலைமையகத்துக்கும் கடிதம் அனுப்பலாம்.

தங்கள்

எஸ்.ஆர். சுந்தரம் (கண்ணன்)

பதிப்பாளர் – நிர்வாக இயக்குநர்

© GABRIEL GARCÍA MÁRQUEZ, (CRÓNICA DE UNA MUERTE ANUNCIADA, © 1981) and Heirs of GABRIEL GARCÍA MÁRQUEZ.

முன்கூறப்பட்ட சாவின் சரித்திரம் ❖ நாவல் ❖ ஆசிரியர்: காப்ரியேல் கார்சியா மார்க்கேஸ் ❖ தமிழில்: அருமை செல்வம், அசதா ❖ முதல் பதிப்பு: மே 2016, ஏழாம் (குறும்) பதிப்பு: ஜனவரி 2023 ❖ வெளியீடு: காலச்சுவடு பப்ளிகேஷன்ஸ் (பி) லிட்., 669, கே.பி. சாலை, நாகர்கோவில் 629001

**munkuuRappaTTa caavin carittiram** ❖ Novel ❖ Author: Gabriel Garcia Marquez ❖ Translated by Arumai Selvam, Asadha ❖ Language: Tamil ❖ First Edition: May 2016, Seventh (Short) Edition: January 2023 ❖ Size: Royal 1 x 8 ❖ Paper: 18.6 kg maplitho ❖ Pages: 96

Published by Kalachuvadu Publications Pvt. Ltd., 669 K.P. Road, Nagercoil 629001, India ❖ Phone: 91-4652-278525 ❖ e-mail: publications@kalachuvadu.com ❖ Printed at Clicto Print, Jaleel Towers, 42 KB Dasan Road, Teynampet Chennai 600018

ISBN: 978-93-5244-047-4

01/2023/S.No. 724, kcp 4279, 18.6 (7) rss

# 1

காதலுக்கான தேட்டம்,
வல்லூறைக் கொண்டு
நடத்தும் மூர்க்கமான வேட்டை

**– ஜில் விசென்ட்டே**

அவர்கள் அவனைக் கொல்ல இருந்த அன்று, பிஷப் வரப்போகும் படகுக்காகக் காத்திருக்க வேண்டி காலை ஐந்தரை மணிக்கே எழுந்துவிட்டான் சந்தியாகோ நாஸார். மழை தூறிக்கொண்டிருக்க தச்சு வேலைக்குகந்த உயர்ந்த மரங்கள் நிறைந்த தோப்பு வழியே நடப்பதுபோல கனவு கண்டிருந்தான். கனவில் ஒரு கணம் மகிழ்ச்சியடைந்தான். ஆனால் கண்விழித்தபோது தன் மேலெங்கும் பறவை எச்சம் தெறித்துக்கிடப்பதுபோல உணர்ந்தான்.

“அவன் எப்போதும் மரங்களைப் பற்றியே கனவு கண்டான்,” இருபத்தேழு வருடங்கள் கழித்து அந்தத் துயர்மிகுந்த திங்கட்கிழமையன்று நடந்தவை பற்றி நினைவுகூரும்போது அவன் அம்மா ப்ளாஸிதா லினேரோ என்னிடம் சொன்னாள். “அதற்கு ஒருவாரம் முன்பு, பொருட்களைச் சுற்றிவைக்கப் பயன்படும் மெல்லிய அலுமினியத் தகடுகளால் ஆன விமானத்தில் வாதுமை மரங்களினூடாக, ஆனால் எதன்மீதும் மோதாமல் பறப்பதாகக் கனவு கண்டிருந்தான்.”

மற்றவர்களது கனவுகளுக்குத் துல்லியமாகப் பலன் சொல்வதில் அவள் பேர் பெற்று விளங்கினாள். ஆனால் சாப்பிடும் முன்பாக அவளிடம் கனவைச் சொல்லிவிட வேண்டும். இந்த இரண்டு கனவுகளிலோ, அவனது மரணத்துக்கு முந்தைய நாட்களின் காலை வேளைகளில் அவன் கண்டதாகத் தன்னிடம் கூறிய பிற கனவுகளிலோ எவ்விதக் கெட்ட சகுனமும் இருப்பதாக அவளுக்குத் தோன்றவில்லை.

சந்தியாகோ நாஸாரும்கூட அந்தக் கெட்ட சகுனத்தை உணரவில்லை. உடைமாற்றாமலேயே அவன் படுத்துவிட்டிருந்தான். சிறிது நேரமே தூங்கினான். அதுவும் அரைகுறைத் தூக்கம். அவன் விழித்தபோது தலை வலித்தது. அண்ணத்தில் முந்தைய இரவு குடித்த பானத்தின் சுவடு. அன்று நள்ளிரவு தாண்டியும் நடைபெற்ற திருமணக் கொண்டாட்டத்தில் கலந்து கொண்டதன் விளைவு அது என்பதை உணர்ந்தான். மேலும், ஆறு ஐந்துக்கு வீட்டிலிருந்து புறப்பட்டு ஒருமணி நேரத்துக்குப்பின் பன்றியைப்போல் கூறுபோடப்பட்டு கிடப்பதற்கு முன்புவரை அவனை வழியில் பார்த்தவர்களெல்லாம் அவன் சிறிது தூக்கக் கலக்கத்துடன் காணப்பட்டதாகவும் சாதாரணமாகக் கூறுவதுபோல அன்றைய தினம் ஒரு அழகான நாள் என அவர்களிடம் அவன் குறிப்பிட்டதாகவும் பிற்பாடு கூறினர். அவன் அன்றைய தினத்தின் சீதோஷ்ண நிலையைத்தான் அப்படிச் சொன்னானா என்பதை யாராலும் உறுதியாகச் சொல்ல முடியவில்லை. வழக்கமாக பிப்ரவரி மாதத்தில் இருப்பதுபோன்று அன்றையக் காலைப்பொழுது பிரகாசமாகவும் வாழைத்தோப்புகளினூடாக மெல்லிய கடற்காற்று வீசியபடியும் இருந்தாகப் பலர் சொன்னார்கள். ஆனால், பெரும்பாலானோர் அன்று மிகவும் சோகமான, மேகம் சூழ்ந்த வானிலை காணப்பட்டதாகவும் குட்டைகளிலிருந்து நாற்றம் வீசியபடியிருக்க அந்த துரதிருஷ்ட சம்பவம் நடந்தபோது, சந்தியாகோ நாஸார் தன் கனவுத் தோப்பில் கண்டது போன்று, மழை தூறிக்கொண்டிருந்ததாகவும் ஒப்புக்கொண்டனர். திருமணத்தை முன்னிட்டு மரியா அலெஹான்ரீனா செர்வாந்தஸின் புனித மடியில் நிகழ்த்திய காமக்களியாட்டங்களினால் உண்டாகியிருந்த உபாதைகளிலிருந்து நான் மெல்ல மீண்டுகொண்டிருந்தேன். அலார மணிகளின் உலுக்கும் ஓசையைக் கேட்டே கண் விழித்தேன். பிஷப்புக்கு மரியாதை தெரிவிக்கும் விதமாக அவற்றை அவர்கள் வழக்கத்தைவிட அதிக ஓசையுடன் ஒலிக்கச் செய்திருக்க வேண்டும்.

முந்தைய நாள் திருமணத்துக்கென அணிந்தது போலவே வெள்ளை நார்த்துணியாலான கஞ்சிபோடாத சட்டையும் முழுநீளக் கால்சட்டையும் அணிந்துகொண்டான் சந்தியாகோ நாஸார். அது விசேஷ தினங்களுக்கான அவனது உடை. அன்று மட்டும் பிஷப் வரவில்லையென்றால் அவன் வழக்கமாகத் திங்கட்கிழமைகளில், அவன் தந்தை அவனுக்கு விட்டுச் சென்றிருந்த, 'தி டிவைன் ஃபேஸ்' கால்நடைப் பண்ணைக்குச் செல்லும்போது அணியும் காக்கி உடையோடும் சவாரிக்கான காலணிகளோடும் இருந்திருப்பான். அவனுக்குப் பண்ணையை நிர்வகிக்கப் போதுமான திறமை இருந்தபோதும் அவ்வளவாக அதிர்ஷ்டம் இருக்கவில்லை. கிராமப்புறத்தில் இருக்கையில் அவன் தன் பெல்ட்டில் மாக்னம். 357 துப்பாக்கியையும் தோட்டாக்கள் அடங்கிய சிறு பெட்டியையும் அணிந்திருப்பான். அந்தத் தோட்டாக்கள் ஒரு குதிரையை இரண்டு துண்டுகளாகக் கிழித்துப்போடும் என அவன் சொல்வதுண்டு. கௌதாரிகள் தென்படும் காலத்தில் அவன் வல்லூறுகளைக் கொண்டு நடத்தும் வேட்டைக்கான ஆயுதங்களையும் உடன் கொண்டு செல்வான். ஒரு மாலின்க்கர் ஸ்க்னாவர் 30.06 ரைபிள், ஒரு ஹாலந்து மாக்னம் 300 ரைபிள், இருமடங்கு துல்லியம் கொண்ட தொலைநோக்கியுடனான ஒரு ஹார்னட்.22 மற்றும் ஒரு வின்செஸ்டர்

ரிவால்வர். அவன் தந்தையைப் போன்றே தலையணை உறைக்குள் துப்பாக்கியை மறைத்து வைத்தபடி அவன் உறங்கினான். ஆனால், அன்று வீட்டைவிட்டு வெளியேறும் முன்பு தோட்டாக்களை எடுத்து இரவு மேசையின் இழுப்பறைக்குள் வைத்து மூடிவிடுவான். "ஒருபோதும் அவன் தோட்டாக்கள் நிரப்பி துப்பாக்கியை வைத்துச் சென்றதில்லை," அவன் அம்மா சொன்னாள். அது எனக்கும் தெரியும். அதோடு அவன் துப்பாக்கிகளை ஓரிடத்திலும் தோட்டாக்களைத் தூரமாக வேறொரு இடத்திலும் வைத்திருப்பான். வீட்டிலிருக்கையில் சாதாரணமாகக்கூட துப்பாக்கியில் தோட்டாக்களைப் போட்டுப் பார்க்க வேண்டுமென்கிற ஆசை வந்துவிடக் கூடாது என்பதற்காகத்தான் அந்த ஏற்பாடு. அவன் தந்தை இருந்தபோதிலிருந்தே கடைபிடிக்கப்பட்டு வரும் இந்த விவேகமான வழக்கத்துக்கு ஆதாரமாக அமைந்த சம்பவம் ஒன்று உண்டு. ஒருநாள் வேலைக்காரச் சிறுமி தலையணை உறையிலிருந்து தலையணையை எடுக்க அதைப் பிடித்துக்கொண்டு குலுக்கியபோது துப்பாக்கி தரையில் விழுந்து, விழுந்த மாத்திரத்தில் வெடித்தது. அதிலிருந்து கிளம்பிய தோட்டா அந்த அறையிலிருந்த அலமாரியைத் தகர்த்து, புழங்கும் அறையின் சுவரை ஊடுருவி, சாப்பாட்டு அறை வழியாகச் சென்று, பக்கத்துவீட்டின் கதவை பெரும் ஓசையுடன் தாக்கி சதுக்கத்தின் அந்தப்புறம் இருந்த தேவாலயத்துள் பீடத்தின் மீதிருந்த பாரீஸ் சாந்தால் ஆன ஆளுயர புனிதர் சிலையைத் தூளாக்கிவிட்டுத்தான் ஓய்ந்தது. அப்போது சிறு பையனாக இருந்த சந்தியாகோ நாஸார் அந்த விபத்திலிருந்து கற்ற பாடத்தை ஒருபோதும் மறப்பதில்லை.

அவன் அம்மாவின் நினைவில் அவனைப்பற்றி கடைசியாக எஞ்சியிருந்தது வேகமாக அவன் படுக்கையறையினுள் சென்ற காட்சிதான். குளியலறையிலிருந்த மருந்துப் பெட்டியில் அவன் ஒரு ஆஸ்ப்பிரினைத் தேடித் தடவிக்கொண்டிருந்த காட்சிதான். அந்தச் சத்தம் கேட்டு அவள் விழித்துக்கொண்டாள். அவள் விளக்கைப் போட்டபோது கையில் தண்ணீர் தம்ளருடன் கதவருகே அவன் நின்றுகொண்டிருந்தான். அந்த தோற்றத்திலேயே பின் எப்போதும் அவனை அவள் நினைவுகூர்ந்தாள். தான் கண்டிருந்த கனவைப்பற்றி சந்தியாகோ நாஸார் அவளிடம் கூறினான். ஆனால், அதில் வந்த மரங்கள் குறித்து அவள் அதிக கவனம் செலுத்தவில்லை.

"பறவைகள் வரும் கனவுகள் என்றால் நல்ல உடல் நலத்துக்கு அறிகுறி" என்றாள்.

உடைந்துபோன ஞாபகக் கண்ணாடியின் பல துண்டுகளையும் திரும்பச் சேர்த்து ஒட்ட, நினைவிலிருந்தும் தேய்ந்துபோன இந்த ஊருக்கு நான் திரும்பி வந்தபோது வயோதிகத்தின் கடைசி ஒளிக்கீற்றுகளில், சோர்ந்துபோய் ஏணையில் இருந்த அதே நிலையில் இருந்தபடிதான் கடைசியாக அவள் அவனைப் பார்த்திருக்கிறாள். நல்ல வெளிச்சத்திலும் அவளால் உருவங்களின் நிழல்போன்ற புறத்தோற்றத்தை மட்டுமே காணமுடிந்தது. கடைசியாக படுக்கையறை வழியாகக் கடந்து போனபோது அவள் மகன் அவளிடம் விட்டுச்சென்றிருந்த மாறாத

அந்தத் தலைவலியைக் குறைக்கவென நெற்றியில் மூலிகை இலைகளை வைத்திருந்தாள். ஒருக்களித்துப் படுத்திருந்த அவள் ஏணையின் தலைப்பகுதியில் இருந்த கயிறுகளைப் பிடித்தபடி எழ முயன்றாள். அங்கே காணப்பட்ட அரைகுறை நிழலில், கொலை நடந்த அன்று காலையில் என்னைக் கலவரப்படுத்திய, தேவாலய ஞானஸ்நானத் தொட்டியிலிருந்து வரும் அந்த வாசனை, அப்போதும் வந்தது. வாசலில் நான் தோன்றியதுமே என்னை சந்தியாகோ நாஸார் என எண்ணி அவள் குழம்பிப் போனாள். "அதோ அங்கேதான் நின்றிருந்தான்," என்னிடம் அவள் சொன்னாள், "அவன் வெள்ளை நார்த்துணி உடுத்தியிருந்தான். அது சாதாரண தண்ணீரிலேயே வெளுக்கப்பட்டிருந்தது. ஏனென்றால் அவன் தோல் அத்தனை மிருதுவானது. கஞ்சியின் மொடமொடப்பைக்கூட அது தாங்காது." தன் மகன் திரும்பவும் வந்துவிட்டான் என்ற மாயை அகலும்வரை மிளகுக் கீரை விதைகளை மென்றபடி வெகுநேரம் ஏணையில் அமர்ந்திருந்தாள். பிறகு பெருமூச்சு விட்டாள்: "என் வாழ்வின் எல்லாமுமாக இருந்தவன் அவன்."

அவளது நினைவினூடாக அவனை நான் பார்த்தேன். ஜனவரி மாதத்தின் கடைசி வாரம் அவனுக்கு இருபத்தோரு வயது நிறைவடைந்திருந்தது. அவன் ஒல்லியாக, வெளுத்துக் காணப்பட்டான். அவன் தந்தையின் அராபிய இமைகளையும் சுருண்ட கேசத்தையும் கொண்டிருந்தான். உண்மையான அன்பினால் அல்லாமல் பொருளை அடைவதையே குறிக்கோளாகக் கொண்டு நடந்த திருமணத்தில் பிறந்த ஒரே குழந்தை அவன். அவன் பெற்றோர்களிடையே ஒரு கணப்பொழுதுகூட சந்தோஷம் நிலவியதில்லை. ஆனால் அவன், மூன்று வருடங்களுக்கு முன்பு திடீரென அவர் இறக்கும்வரை, தன் தந்தையுடன் மகிழ்ச்சியுடன் பழகி வந்ததாகவே தெரிந்தது. அதன்பின் அவன் மரணமடைந்த அந்தத் திங்கட்கிழமைவரை, தனிமரமாய் நின்றுவிட்ட தன் தாயுடனும் அதுபோலவே பழகிவந்தான். அவனது உள்ளுணர்வு அனைத்தும் அவன் தாயிடமிருந்து வந்தது. மிகச்சிறிய வயதிலேயே துப்பாக்கிகளைக் கையாளும் திறமை, குதிரைகள் மீது ஆர்வம், உயரப் பறக்கும் பறவைகள் பற்றிய அறிவு இவற்றோடு வீரமும் விவேகமும் தந்தையிடமிருந்து அவன் பெற்றவை. அப்பாவும் பிள்ளையும் எப்போதும் தமக்குள் அராபிய மொழியிலேயே பேசிக் கொள்வர். ஆனால் ப்ளாஸிதா லினேரோ இருக்கையில் அந்த மொழியில் பேசிக்கொள்ள மாட்டார்கள். தன்னை அவர்கள் ஒதுக்கிவிட்டுப் பேசிக்கொள்கிறார்கள் என்று அவள் நினைத்துவிடக் கூடாது என்பதுதான் அதற்குக் காரணம். நகரத்தில் இருக்கும்போது ஒருபோதும் அவர்கள் கையில் ஆயுதங்களை வைத்திருக்க மாட்டார்கள். தாங்கள் பழக்கி வைத்திருக்கும் பறவைகளைக்கூட சேவைக்கு நிதி திரட்டும் சந்தையில் வல்லூறுகளைக் கொண்டு நடத்தும் வேட்டைக்கு மட்டுமே கொண்டு வருவார்கள். அவன் தந்தையின் மரணத்தையடுத்து படிப்பை நடுநிலைப்பள்ளி இறுதியிலேயே கைவிட்டுப் பண்ணையைக் கவனிக்க வேண்டியதாயிற்று. தன்னளவில் அவன் மகிழ்ச்சியாகவும் அமைதியாகவும் திறந்த மனதுடனும் வாழ்ந்துவந்தான்.

அவர்கள் அவனைக் கொல்ல இருந்த அன்று அவன் வெள்ளை உடை அணிந்திருப்பதைப் பார்த்த அவன் அம்மா அன்று என்ன கிழமை என்பதை அவன் அறியவில்லை என நினைத்தாள். “அவனிடம் அன்று திங்கட்கிழமை என்று நினைவூட்டினேன்,” அவள் என்னிடம் சொன்னாள். பிஷப்பின் மோதிரத்தை முத்தமிட சந்தர்ப்பம் கிடைத்தாலும் கிடைக்கலாம் என்றெண்ணி அதற்கேற்ற வகையில் அவன் உடுத்தியிருந்ததாகச் சொன்னான். அவள் அதுபற்றி எந்த ஆர்வமும் காட்டவில்லை. “அவர் படகிலிருந்து இறங்கக்கூட மாட்டார்,” அவனிடம் சொன்னாள். “வழக்கம்போல பொதுவாக எல்லோருக்குமாக ஆசீர்வாதம் வழங்குவார்; பிறகு வந்த வழியே திரும்பிப் போய்விடுவார். அவருக்கு இந்த நகரத்தைப் பிடிப்பதில்லை.”

அது உண்மையென்று சந்தியாகோ நாஸாருக்குத் தெரியும். ஆனால் தேவாலயம் சார்ந்த பகட்டான விஷயங்கள் அவனை அதிகம் ஈர்க்கவே செய்தன. “அது சினிமா மாதிரி,” ஒருமுறை என்னிடம் அவன் சொல்லியிருக்கிறான். பிஷப்பின் வருகையையொட்டி அவள் கவலைப்பட்டதெல்லாம் மழையில் அவன் நனைந்துவிடக் கூடாது என்றுதான். தூக்கத்தில் அவன் தும்முவதை அவள் கவனித்திருந்தாள். குடையொன்றை எடுத்துச் செல்லுமாறு அவள் சொன்னாள். ஆனால் அவன் வருகிறேன் எனக் கையசைத்துவிட்டு அறையிலிருந்தும் வெளியேறினான். அதுதான் அவள் கடைசியாக அவனைப் பார்த்தது.

அன்று மழைபெய்யவில்லை, அதோடு அந்த பிப்ரவரி மாதம் முழுக்கவே மழையில்லை என்று உறுதிபடச் சொன்னாள் சமையற்காரி விக்தோரியா குஸ்மன். அவள் சாவதற்கு சற்று முன்புதான் நான் வந்து அவளைப் பார்த்தேன். அவள் சொன்னாள், “ஆனால், வழக்கத்துக்கு மாறாக ஆகஸ்ட் மாதத்தைக் காட்டிலும் வெகு சீக்கிரமே பொருட்கள் சூடாகிவிடும்.” சந்தியாகோ நாஸார் சமையலறைக்குள் நுழைந்தபோது அவள் மதிய உணவுக்கென மூன்று முயல்களை, ஒவ்வொன்றையும் நான்கு துண்டங்களாக, வெட்டிக்கொண்டிருந்தாள். நாக்கைத் தொங்கப் போட்டபடி நாய்கள் அவளைச் சுற்றி நின்றிருந்தன. “அவர் எப்போதுமே சரியாக உறங்காதது போன்ற முகத்தோற்றத்துடனே காலையில் எழுந்திருப்பார்.” ஒருவித வெறுப்புடன் நினைவுகூர்ந்தாள் விக்தோரியா குஸ்மன். அப்போதுதான் பருவ வயதை எட்டிக்கொண்டிருந்த அவள் மகள் திவினா ஃப்ளோர் சந்தியாகோ நாஸாருக்குச் சிறிது கரும்புச் சாராயம் சேர்க்கப்பட்ட மலையகக் காபி ஒரு குவளை வழங்கினாள். முந்தைய இரவின் சுமையைத் தாங்கிக்கொள்ளவென அவனுக்கு திங்கட்கிழமைகளில் வழக்கமாகத் தரப்படுவது போன்றே அன்றும் அது தரப்பட்டது. அந்தப் பெரிய சமையலறை நெருப்புத் தணலின் கிசுகிசுப்புக்களோடும் கம்பிகளில் உட்கார்ந்து தூங்கிக்கொண்டிருந்த கோழிகளோடும் அமைதியாக மூச்சுவிட்டுக் கொண்டிருந்தது. சந்தியாகோ நாஸார் இன்னுமொரு ஆஸ்ப்பிரினை விழுங்கிவிட்டு அமர்ந்து காபியை மெதுவாக உறிஞ்சியபடியே முயல்களின் குடல்களை அகற்றிக்கொண்டிருந்த அந்தப் பெண்களின் மீதிருந்து கண்களை அகற்றாமல் மெதுவாகச்

சிந்தனையை ஓடவிட்டான். அந்த வயதிலும் விக்தோரியா குஸ்மன் நல்ல உடற்கட்டுடனேயே இருந்தாள். அவளுடைய மகள், அவனை இன்னும் பழக்கவில்லை, உடல் சுரப்பிகளின் ஓட்டத்தில் பூரித்திருந்தாள்.

காலிக் குவளையை எடுக்க வந்தபோது அவளது மணிக்கட்டைப் பற்றினான்.

"உன்னைப் பழக்க வேண்டிய நேரம் வந்துவிட்டது" அவளிடம் சொன்னான்.

விக்தோரியா குஸ்மன் ரத்தம் தோய்ந்த கத்தியைக் காட்டினாள்.

"ஒயிட்டி, அவளை விடு," கோபத்துடன் சொன்னாள். "நான் உயிரோடிருக்கும்வரை அந்தத் தண்ணீரில் ஒரு வாய்கூட நீ அருந்த முடியாது."

அவளது பருவ வயதின் பூரிப்பில் விக்தோரியா குஸ்மனை இப்ராஹிம் நாஸார் சபலம் காட்டி அனுபவித்திருந்தார். பண்ணையில் குதிரை லாயத்துள் பல வருடங்களாக அவர்கள் காதல் புரிந்து வந்தனர். காதல் சலித்த பிறகு ஒரு வேலைக்காரியாக அவளை அவர் வீட்டுக்குள் கொண்டுவந்தார். அதன்பிறகு சில காலங்களுக்கு முன் பழகிய ஒருவனுக்குப் பிறந்தவள்தான் திவினா ஃப்ளோர். தான் சந்தியாகோ நாஸாரின் ரகசியப் படுக்கையறைக்கு விதிக்கப்பட்டவள் என்பதை திவினா ஃப்ளோர் அறிந்திருந்தாள். ஆனாலும் முதிர்ச்சியற்றதொரு பரபரப்புடன் அதை எதிர்கொள்ளவும் அவள் ஆவலாக இருந்தாள். "அவரைப்போல இன்னொருவர் பிறந்துதான் வரவேண்டும்," உடல்பருத்து அழகு குன்றியிருந்தவள் என்னிடம் சொன்னாள். பிற காதல் உறவுகளில் பிறந்த குழந்தைகள் அவளைச் சுற்றி நின்றிருந்தன. "அவர் தன் அப்பாவைப் போல," தன் மகளிடம் சொன்னாள் விக்தோரியா குஸ்மன். "நாசமாய்ப் போனவன்." ஆனால் அவள் முயலின் கால்களைப் பிடித்தபடி அதன் உள்ளூறுப்புக்களை வேகமாகக் களைந்து சூடு பறக்க நாய்களுக்குப் போடுகையில் சந்தியாகோ நாஸாருக்கு ஏற்பட்ட கோபத்தை நினைவுகூர்ந்தபோது தன்னுள் தோன்றிய நடுக்கத்தை அவளால் மறைக்க முடியவில்லை.

"ஏன் இத்தனை மூர்க்கம்," அவளிடம் அவன் கேட்டான். "அது ஒரு மனித உடலென்று எண்ணிச் செய்."

தம்மைத் தற்காத்துக்கொள்ள முடியாத விலங்குகளைக் கொல்வதை வாடிக்கையாகக் கொண்டிருந்த ஒருவன் ஏன் திடீரென இப்படிப் பேசினான் என்பதைப் புரிந்துகொள்ள விக்தோரியா குஸ்மனுக்கு இருபது ஆண்டுகள் பிடித்தன.

"கடவுளே," ஆச்சரியத்துடன் அவள் விளக்கினாள். "அது எல்லாமே ஒரு முன் அறிகுறி. அப்படியிருந்தும் குற்றம் நடந்த அந்தக் காலையில் அவன்மீது ஒத்திப்போடப்பட்ட பல குமுறல்கள் அவளுக்கு இருந்தன. தொடர்ந்து அவள் மற்ற முயல்களின் உள்ளூறுப்புகளையும் களைந்து நாய்களுக்குப் போட்டாள். வேண்டுமென்றே அவள் அதைச் செய்ததால் சந்தியாகோ நாஸாருக்குக் காலை ஆகாரம் செல்லவில்லை. பிஷப் வருகை

புரிந்த நீராவிப் படகின் பூமியதிரும் ஓசையில் நகரம் விழித்தபோது அவர்கள் இப்படித்தான் இருந்தார்கள்.

அந்த வீடு அதற்கு முன் ஒரு கிடங்காக இருந்தது. இரண்டு மாடிகள், சொரசொரப்பான மரப்பலகைகள் பதித்த சுவர்கள் மற்றும் பருந்துகள் அமர்ந்து படகுத்துறையிலிருந்த குப்பைமேட்டை நோட்டம் விட்டுக் கொண்டிருக்கும் இருபுறமும் சரிந்த, அலுமினியத் தகடு வேய்ந்த கூரை. ஆறு பயன்பாட்டில் இருந்து, கடலுள் செல்லும் பல படகுகளும் சொல்லப்போனால் சில கப்பல்களும் கழிமுகத்தின் சதுப்பு நிலங்கள் வழியாகச் சென்று வந்த காலத்தில் அக்கிடங்கு கட்டப்பட்டது. உள்நாட்டுப் போர்களின் முடிவில் கடைசி அராபியர்களோடு இப்ராஹிம் நாஸார் அங்கு வந்தபோது ஆற்றில் மேடுதட்டிவிட்டிருந்ததால் கப்பல்கள் வருவது நின்று போயிருந்தது. கிடங்கும் பயன்பாடின்றிக் கிடந்தது. தான் தொடங்க நினைத்து ஆனால் ஒருபோதும் தொடங்காத இறக்குமதிப் பொருட்களுக்கான கடை ஒன்றுக்காக அந்தக் கிடங்கை மலிவான விலைக்கு வாங்கினார் இப்ராஹிம் நாஸார். தனது திருமணத்துக்கு முன்புதான் அதை அவர் ஒரு குடியிருப்பதற்கான வீடாக மாற்றினார். வீட்டின் கீழ்த்தளத்தில் பலவகையிலும் பயன்பட்ட ஒரு வரவேற்பறையை அமைத்தார். பின்புறம் நான்கு பிராணிகளுக்கென ஒரு கொட்டகையையும் வேலைக்காரர் குடியிருப்பையும் படகுத் துறையைப் பார்த்துத் திறந்திருந்த, அவற்றின் வழி தண்ணீரிலிருந்து பரவும் வியாதிகளனைத்தும் உள்நுழைந்த ஜன்னல்களைக் கொண்ட நாட்டுப்புற சமையலறை ஒன்றையும் அமைத்தார். வரவேற்பறையாக மாற்றியமைத்த இடத்தில் அவர் மாற்றாமல் விட்ட ஒரே விஷயம் உடைந்த ஒரு கப்பலிலிருந்து கிடைத்த சுழல்படிக்கட்டு அமைப்பு மட்டும்தான். முன்பு சுங்க அலுவலகமாக விளங்கிய மேல்தளத்தில் இரண்டு பெரிய படுக்கையறைகளையும் தான் பெறப்போகும் கணக்கில்லாத குழந்தைகளுக்கென ஐந்து சிறு அறைகளையும் கட்டினார். பின்னாளில் மார்ச் மாத பிற்பகல்களில் ப்ளாஸிதா லினேரோ தனிமையில் தன்னைத்தானே தேற்றியபடி அமர்ந்திருக்கப் பயன்பட்ட, சதுக்கத்திலுள்ள வாதுமை மரங்களைப் பார்த்தவாறு அமைக்கப்பட்ட மரத்தாலான மாடி முகப்பையும் கட்டினார். முன்புறத்தில் பிரதான கதவையும் நன்கு இழைக்கப்பட்ட சட்டங்களைக் கொண்ட முழுநீள ஜன்னல்கள் இரண்டையும் அமைத்தார். பின்புறத்திலும் அவர் கதவொன்றை அமைத்தார். ஆனால் ஒரு குதிரை நுழையும் அளவுக்கு சற்று உயரமாக அதை அமைத்தார். அங்கு பழைய ஓடத்துறையின் ஒரு பகுதியையும் அவர் பயன்பாட்டில் வைத்திருந்தார். இந்தப் பின்கதவே எல்லாராலும் அதிகம் பயன்படுத்தப்பட்டது. காரணம், தொழுவங்களுக்கும் சமையலறைக்கும் செல்ல அதுவே சுலபமான வழி என்பது மட்டுமன்று, அந்தக் கதவு வழியாக சதுக்கத்தைத் தாண்டிச் செல்லாமலேயே தெருவுக்கும் புதிய படகுத்துறைக்கும் சென்றுவிட முடிந்தது. விழாக்காலங்கள் தவிர்த்து முன்கதவு எப்போதும் அடைக்கப்பட்டே இருந்தது. இருந்தும் சந்தியாகோ நாஸாரைக் கொல்ல இருந்தவர்கள் அவனுக்காக இந்த முன்கதவின் அருகில்தான் காத்திருந்தனர், பின்கதவின் அருகே அல்ல. மேலும் படகுத்துறையை அடைய வீட்டைச் சுற்றிக்கொண்டு செல்லவேண்டுமென்று

தெரிந்திருந்தும்கூட பிஷப்பை வரவேற்க அவன் முன்கதவு வழியாகவே சென்றான்.

இந்த விதிவசமான தற்செயல் நேர்வுகளை யாராலும் புரிந்துகொள்ள முடியவில்லை. ரியோஹாச்சாவிலிருந்து விசாரணைக்கு வந்திருந்த நீதிபதி இந்த நேர்வுகளை உணர்ந்தபோதும் அவற்றை ஏற்றுக்கொள்ளும் தைரியம் அவருக்கு இருந்திருக்கவில்லையென்பது அவர் தன் அறிக்கையில் இவற்றுக்கெல்லாம் அறிவார்த்தமான விளக்கங்களை அளிக்க முற்பட்டதிலிருந்து புரிந்துகொள்ள முடிந்தது. சதுக்கத்தை நோக்கிய அக்கதவு வெகுஜன நாவல் தலைப்புபோல "மரணக் கதவு" எனப் பலமுறை அறிக்கையில் குறிப்பிடப்பட்டிருந்தது. யதார்த்தமாகப் பார்க்கையில் ப்ளாஸிதா லினேரோவின் தாய்க்குரிய ஞானத்தோடு அமைந்த விளக்கமே ஏற்புடையதாக இருந்தது. "நன்றாக உடுத்தியிருக்கும்போது எப்போதுமே அவன் பின்பக்கக் கதவு வழியாகச் சென்றதில்லை." இதை அவ்வளவாக முக்கியத்துவமற்ற குறிப்பு என ஓரமாகக் குறித்துவைத்த நீதிபதி பிறகு அதை அறிக்கையில் சேர்க்கவேயில்லை.

அவர்கள் சந்தியாகோ நாஸாரைக் கொல்லக் காத்திருந்ததை தானோ தன் மகளோ அறிந்திருக்கவில்லையென்று திட்டவட்டமாகக் குறிப்பிட்டாள் விக்தோரியா குஸ்மன். ஆனால் காலப்போக்கில், அவன் காப்பி அருந்த சமையலறைக்கு வந்தபோதே அதுபற்றித் தாங்கள் அறிந்திருந்ததை ஒப்புக்கொள்ளத் தொடங்கினாள். ஐந்து மணியடித்த சற்று நேரத்துக்கெல்லாம் கொஞ்சம் பால் கேட்டு அங்கு வந்த பெண்ணொருத்தி அந்தச் செய்தியை அவர்களுக்குச் சொன்னாள். மேலும் கொலைக்கான காரணம், கொலை நடக்கப் போகும் இடம் இவற்றையும்கூட அவள் சொன்னாள். "அது குடிகாரர்களது பேச்சு என்று கருதி சந்தியாகோ நாஸாரை நான் எச்சரிக்கவில்லை," அவள் என்னிடம் சொன்னாள். ஆனால், பின்பொருமுறை நான் வந்தபோது தன் தாய் சந்தியாகோ நாஸாரை எச்சரிக்காததற்குக் காரணம் அடிமனதில் அவர்கள் அவனைக் கொல்ல வேண்டுமென அவள் விரும்பியதுதான் என திவினா ஃப்ளோர் கூறினாள். அப்போது அவள் தாய் உயிரோடு இருக்கவில்லை. தானொரு பயம்நிரம்பிய குழந்தையாக, தன்னளவில் ஒரு முடிவெடுக்க இயலாத நிலையில் இருந்ததால் தன்னாலும் அவனை எச்சரிக்க முடியவில்லை என்றாள். மேலும் அவன் அவளது மணிக்கட்டைப் பற்றியபோது அவனது கரம் உறைந்து கல்போல, இறந்துபோன ஒருவரது கரம்போல இருந்ததால் தனது பயம் அதிகரிக்கவே செய்தது என்றாள்.

பிஷப்பின் படகிலிருந்து கேட்ட ஆரவாரம் பின்தொடர இருள் படிந்த வீட்டினூடாக நீண்ட அடிகள் வைத்து நடந்தான் சந்தியாகோ நாஸார். கதவைத் திறந்துவிட வேண்டி அவனுக்கும் முன்பாகச் சென்றாள் திவினா ஃப்ளோர். தன்னை முந்தி அவன் சென்றுவிடாதபடிக்குச் சாப்பாட்டு அறையின் பறவைகள் உறங்கிக்கொண்டிருந்த கூண்டுகள், புழங்கும் அறையின் பிரம்புமரச் சாமான்கள் மற்றும் மேலிருந்து தொங்கவிடப்பட்ட பூந்தொட்டிகளில் வளர்ந்த அலங்காரக் கொடிகள் இவற்றைத் தாண்டி அவசரமாக நடந்தாள். ஆனாலும் கதவை மூடிச்

சாத்தியிருந்த குறுக்குச் சட்டத்தை எடுத்தபோது மறுபடியும், இறுகிய அந்தக் கரத்தின் பிடியை அவளால் தடுக்க முடியவில்லை. "என் அந்தரங்க இடத்தை முழுதுமாகப் பற்றினார்" திவினா ஃப்ளோர் என்னிடம் சொன்னாள். "வழக்கமாக வீட்டின் ஏதேனும் ஒரு மூலையில் தனியாக நான் அகப்பட்டுக்கொள்ளும்போது அவர் செய்வதுதான் என்றபோதும் வழக்கமாக எனக்குள் ஏற்படும் கிளர்ச்சிக்குப் பதிலாக விவரிக்கமுடியாத வகையில், அழவேண்டும் போல ஒரு உணர்வு ஏற்பட்டது." அவன் போக வேண்டி அவனிடமிருந்து தன்னை விடுவித்துக்கொண்டாள். பாதி திறந்த கதவு வழியே அதிகாலை ஒளியில் மங்கலாகத் தோன்றிய சதுக்கத்து வாதுமை மரங்களைப் பார்த்தாள். வேறு எதையும் பார்க்க அவளுக்குத் துணிவில்லை. "அப்போது படகின் சத்தம் ஓய்ந்தது. சேவல்கள் கூவ ஆரம்பித்தன" அவள் என்னிடம் சொன்னாள். "கூவும் சத்தம் மிக அதிகமாக இருந்தது. நகரத்தில் அத்தனை சேவல்களா என்று வியந்தேன். அவை பிஷப்பின் படகில் வந்திருக்கலாம் என்று நினைத்தேன்." ஒருபோதும் அவளுடையவனாக இல்லாத அந்த மனிதனுக்காக அவள் செய்ய இயன்றதெல்லாம் ப்ளாஸிதா லினேரோவின் உத்தரவுக்கு எதிராகக் கதவை அடைக்காமல் விட்டதுதான். அப்போதுதான் ஏதேனும் அவசரம் என்றால் அவன் திரும்பி உள்ளே வர ஏதுவாக இருக்கும். கடைசிவரை யாரென்று அடையாளம் காணப்படாத ஒரு நபர் அவர்கள் அவனைக் கொல்லப் போவதாகக் கடிதமொன்றை எழுதி கதவடியில் வைத்து உள்ளே தள்ளிவிட்டுப் போயிருந்தார். கொலை நடக்கப் போகும் இடம், அதற்கான காரணம் மற்றும் கொலைச்சதி பற்றிய பிற நுட்பமான விவரங்கள் அனைத்தும் அதில் இருந்தன. சந்தியாகோ நாஸார் வீட்டைவிட்டுக் கிளம்பியபோது அந்தக் கடிதம் தரையில்தான் கிடந்தது. ஆனால் அவன் அதைக் கவனிக்கவில்லை. கொலை நடந்து வெகுநேரம் வரை திவினா ஃப்ளோரரோ, வேறு யாரோகூட அதைக் கவனிக்கவில்லை. மணி ஆறு அடித்திருந்தது. தெருவில் இன்னும் விளக்குகள் எரிந்துகொண்டிருந்தன. வாதுமை மரங்களின் கிளைகளிலும் சில வீடுகளின் மாடி முகப்புகளிலும் திருமணத்துக்கென கட்டப்பட்ட அலங்காரத் தோரணங்கள் இன்னும் தொங்கிக் கொண்டிருந்தன. பிஷப்பை பெருமைப்படுத்தும் விதமாகவே தோரணங்கள் கட்டப்பட்டிருந்தன என ஒருவர் எண்ணவும் இடமிருந்தது. வாத்தியக் குழுவினர் நிற்கும் இடமான தேவாலயத்தின் முன்புறப் படிகள் வரை கல் பாவிப் பரவியிருந்த சதுக்கமோ ஒரு குப்பைமேடு போலக் காட்சியளித்தது. காலிப் போத்தல்கள் மற்றும் பொது விழாக்காலங்களில் சேரும் வழக்கமான குப்பைகளால் நிறைந்திருந்தது. சந்தியாகோ நாஸார் வீட்டை விட்டு வெளியே வந்தபோது படகு எழுப்பிய ஓசையினால் பரபரப்பு கூடியவர்களாய் மக்கள் படகுத்துறை நோக்கி விரைந்துகொண்டிருந்தனர்.

அப்போது சதுக்கத்தில் திறந்திருந்த ஒரே இடம் தேவாலயத்தின் ஒருபுறத்தில் அமைந்திருந்த, சந்தியாகோ நாஸாரைக் கொல்வதற்காக இருவர் காத்திருந்த, ஒரு பால் விற்பனை நிலையம் மட்டுமே. அதன் சொந்தக்காரியான க்ளோதில்தெ அர்மெந்தாதான் அதிகாலை ஒளியில் சந்தியாகோ நாஸாரை முதலில் பார்த்தவள். அவன் அலுமினியத்தில்

உடையணிந்திருப்பதுபோல அவளுக்குத் தோன்றியது, "அப்போதே ஒரு ஆவியைப் போலத் தோன்றினான்" அவள் என்னிடம் சொன்னாள். அவனைக் கொல்லக் காத்திருந்தவர்கள் செய்தித்தாள்களில் சுற்றப்பட்ட கத்திகளை நெஞ்சோடு சேர்த்து இறுகப் பற்றியபடி பெஞ்சுகள்மீது படுத்து உறங்கிக் கொண்டிருந்தார்கள். அவர்கள் விழித்துவிடக் கூடாதென்று க்ளோதில்தெ அர்மெந்தா மூச்சுக்கூட விடாமல் அமர்ந்திருந்தாள்.

அவர்கள் இரட்டைப்பிறவிகள்: பெத்ரோ விகாரியோவும் பாப்லோ விகாரியோவும். வயது இருபத்து நான்கு. இருவரும் கிட்டத்தட்ட ஒரே மாதிரி இருந்ததால் இருவரையும் பிரித்து அறிவது சிரமம். "பார்ப்பதற்கு கெடுபிடியான தோற்றமுடையவர்கள், இருந்தாலும் ஒருவகையில் நல்லவர்கள்." விசாரணை அறிக்கையில் இப்படித்தான் குறிப்பிடப்பட்டிருந்தது. உயர்நிலைப் பள்ளியிலிருந்தே அவர்களை அறிந்திருந்த நான், விசாரணை அதிகாரியின் இடத்தில் இருந்திருந்தால்கூட இதையேதான் எழுதியிருப்பேன். அந்தக் காலைப்பொழுதில் திருமணத்துக்காகத் தைக்கப்பட்ட அடர் வண்ண உடையை அவர்கள் அணிந்திருந்தனர். கரீபியன்கள் என்ற வகையில் அவர்களுக்கு அது அதிகப்படியானதாகவும் மிகவும் சம்பிரதாயமானதாகவும் தோன்றியது. பலமணி நேரமாக மனஅலைப்புடன் இருந்ததால் அவர்கள் உருக்குலைந்து போனவர்களாகக் காணப்பட்டனர். இருப்பினும், அவர்கள் தங்கள் காலைக்கடனை முடித்து முகச்சவரமும் செய்துகொண்டு வந்திருந்தனர். திருமணத்துக்கு முந்தின நாளிலிருந்து அவர்கள் குடிப்பதை நிறுத்தவில்லை என்றபோதும் அம்மூன்று நாட்களின் இறுதியில் அவர்கள் குடித்திருந்தவர்கள்போல் தோன்றவில்லை. அவர்களைப் பார்த்தால் உறக்கத்தில் நடப்பவர்களைப்போல இருந்தது. க்ளோதில்தெ அர்மெந்தாவின் கடையில் கிட்டத்தட்ட மூன்று மணி நேரம் காத்திருந்த பின் அதிகாலைத் தென்றல் வீசத் தொடங்கியபோது அவர்கள் உறங்கிப் போனார்கள். வெள்ளிக்கிழமை தொடங்கி அப்போதுதான் அவர்கள் முதல் முறையாக உறங்கினர். படகிலிருந்து வந்த இரைச்சல் அவர்களை எழுப்பவில்லை. ஆனால் சந்தியாகோ நாஸார் வீட்டை விட்டு வெளியே வந்தபோது உள்ளுணர்வு அவர்களை எழுப்பியது. இருவரும் சுருட்டி வைத்திருந்த செய்தித்தாள்களைக் கையில் எடுத்துக்கொண்டனர். பெத்ரோ விகாரியோ எழுந்து நிற்க முயன்றான்.

"கடவுளே" க்ளோதில்தெ அர்மெந்தா முணுமுணுத்தாள், "அவனைத் தாமதமாக அனுப்பும், அருள்மிகு பிஷப்பின் மகிமையின் நிமித்தமாவது."

"அது பரிசுத்த ஆவியின் மூச்சு" அவள் அடிக்கடி சொல்வாள். அது உண்மையில் தெய்வாதீனமான நிகழ்வுதான். ஆனால், அதன் பயன் அதிக நேரம் நீடித்ததில்லை. அவள் இதை சொல்லக் கேட்டு விகாரியோ சகோதரர்கள் சிறிது யோசித்தனர். எழுந்த ஒருவன் திரும்பவும் அமர்ந்தான். சந்தியாகோ நாஸார் சதுக்கத்தைக் கடந்தபோது அவனை அவர்கள் கண்களாலேயே பின்தொடர்ந்தனர். "அவனை அவர்கள் அதிகமும் பரிதாபத்துடனே பார்த்தனர்" க்ளோதில்தெ அர்மெந்தா சொன்னாள். அனாதைக் குழந்தைகள் மடத்துச் சீருடையில் இருந்த,

கன்னியாஸ்திரீகள் பள்ளியைச் சேர்ந்த சிறுமிகள் வரிசை கலைந்து சப்தமெழுப்பியபடி அப்போது சதுக்கத்தைக் கடந்தனர்.

ப்ளாஸிதா லினேரோ சொன்னது சரிதான்: பிஷப் படகிலிருந்து இறங்கவில்லை. அதிகாரிகள், பள்ளிக் குழந்தைகள் இவர்களுடன் சேர்ந்து ஏராளமான பொதுமக்களும் படகுத்துறையில் இருந்தனர். பிஷப்புக்கு அன்பளிப்பாக வழங்கவெனக் கொண்டு வரப்பட்டிருந்த கொழுத்த சேவல்கள் எங்கு பார்த்தாலும் கூண்டுகளில் காணப்பட்டன. ஏனென்றால் சேவல் கொண்டை சூப் பிஷப்புக்குப் பிடித்தமானது. சரக்கு ஏற்றும் இடத்தில் ஏராளமான விறகுகள் அடுக்கப்பட்டிருந்தன. அவற்றைப் படகில் ஏற்ற குறைந்தது இரண்டு மணி நேரமாவது ஆகும் எனத் தோன்றியது. ஆனால் பிஷப்பின் படகு அங்கு நீண்டநேரம் நிற்கவில்லை. ஆற்றின் வளைவு அருகே டிராகனைப் போலக் குறட்டை விட்டபடி அது வந்தது. உடன் வாத்தியக் குழுவினர் பிஷப்புக்கான கீதத்தை இசைத்தனர். சத்தம் கேட்டு கூண்டுகளில் இருந்த சேவல்கள் கூவின. அதைத் தொடர்ந்து நகரெங்கிலும் இருந்த சேவல்களும் கூவத் தொடங்கின.

அப்போது விறகை எரித்து இயக்கப்பட்ட பிரசித்திபெற்ற உருளைச் சக்கரப் படகுகள் கிட்டத்தட்ட மறைந்துவிட்டிருந்தன. இருந்த ஒன்றிரண்டு படகுகளிலும் பெரிய பியானாக்களோ மணப்பெண்ணுக்கான தனி அறைகளோ கிடையாது. மேலும் நீரோட்டத்துக்கு எதிராகச் செல்லும் திறனையும் அவை இழந்துவிட்டிருந்தன. ஆனால் பிஷப்பின் படகோ புதியதாக இருந்தது. புகை வெளியேற ஒன்றுக்கு பதிலாக இரண்டு குழாய்கள் இருந்தன. புஜப்பட்டைகள் வடிவில் அவற்றின் மீது கொடி வரையப்பட்டிருந்தது. படகின் பின்புறமிருந்த மரச்சட்டங்களால் ஆன உருளைச்சக்கரம் கடலில் பயணிக்கும் கப்பலின் வேகத்தைப் படகுக்குத் தந்தது. மேல் தளத்தில் கேப்டனது அறைக்கு அருகே தனது ஸ்பானியப் பணியாளர்களுடன் வெள்ளை அங்கி தரித்தவராய் பிஷப் தோன்றினார்.

“அது கிறிஸ்துமஸ் கால சீதோஷ்ண நிலை” என் சகோதரி மார்கோத் குறிப்பிட்டாள். அவளைப் பொறுத்தமட்டில் அங்கு நடந்தது இதுதான். படகுத்துறையைத் தாண்டிப் போகையில் படகின் ஊதலில் இருந்து அமுக்கப்பட்ட நீராவி வேகமாகப் பீய்ச்சியடித்தது. ஓரமாக நின்றிருந்தவர்களை அது நனைத்துவிட்டது. எல்லாம் கணப்பொழுதில் மாயமென நடந்து விட்டது போலிருந்தது. பாலத்தில் நின்றிருந்த மக்களை நோக்கி பிஷப் காற்றில் சிலுவை வரைந்தார். பார்வையிலிருந்து படகு மறையும் வரை வெறுப்பும் இல்லாமல் அகத்தூண்டுதலும் இல்லாமல் இயந்திரத்தனமாக அவர் சிலுவை வரைந்துகொண்டே இருந்தார். பிறகு அந்த இடத்தில் சேவல்களின் கூச்சல் மட்டுமே எஞ்சியிருந்தது.

சந்தியாகோ நாஸார் ஏமாற்றப்பட்டவனாக உணர்ந்ததற்கு காரணமிருந்தது. பாதிரியார் கார்மென் அமாதோரின் பொதுச் சேவைப் பணிகளுக்காக அவன் ஏராளமான மரங்களையும், இவனே தேர்ந்தெடுத்த, ருசியான கொண்டைகளை உடைய கொழுத்த விதைநீக்கம் செய்யப்பட்ட சேவல்களையும் கொடுத்திருந்தான். பாலத்தில் அவனுடன் நின்றுகொண்டிருந்த என் சகோதரி மார்கோத் அவன்

மகிழ்ச்சியானதொரு மனநிலையில் இருந்ததையும் ஆஸ்ப்பிரின்கள் உரிய நிவாரணம் தராதபோதும் தொடர்ந்து விழாவைக் கொண்டாட அவன் ஆவல் கொண்டிருந்ததையும் தான் அறிந்ததாகக் கூறினாள். “அவன் உம்மென்று இருப்பதுபோல் தோன்றவில்லை, திருமணத்துக்கு எவ்வளவு செலவாகியிருக்குமென்று யோசனை செய்துகொண்டிருப்பதாகவே தோன்றியது” என அவள் என்னிடம் சொன்னாள். அப்போது அவர்களுடன் இருந்த கிறிஸ்தோ பெதோயாவின் கணக்கு விவரங்கள் சந்தியாகோ நாஸாரின் வியப்பை அதிகரிக்கவே செய்தன. மணி நான்கு அடிப்பதற்கு சற்று முன்பு வரையிலும் கிறிஸ்தோ பெதோயா என்னுடனும் சந்தியாகோ நாஸாருடனும் மது விருந்தில்தான் இருந்தான். வீட்டுக்குச் செல்வதாகக் கிளம்பிய அவன் தன் வீட்டுக்குச் செல்லாமல் தன் பாட்டி வீட்டுக்குச் சென்று அங்கு பேசிக் கொண்டிருந்திருக்கிறான். விருந்துக்கு ஆன செலவு விவரங்களை அங்குதான் பெற்றான். விருந்துக்கென நாற்பது வான்கோழிகள், பதினோரு பன்றிகள், பொதுச்சதுக்கத்திலிருக்கும் மக்களுக்கு மாமிசம் வறுத்துத் தரவென்று மணமகன் தனியே கேட்ட நான்கு கன்றுக்குட்டிகள் என செலவாகியிருப்பதாகச் சொன்னான் கிறிஸ்தோ பெதோயா. கடத்திக் கொண்டுவரப்பட்ட இருநூற்றைம்பது பெட்டி மதுவும், பொதுமக்களுக்காக கிட்டத்தட்ட இரண்டாயிரம் போத்தல் கரும்புச் சாராயமும் செலவாகியிருப்பதாகச் சொன்னான். இதுவரை அந்த நகரத்தில் நடந்த விருந்துகளிலேயே மிகவும் தடபுடலான அந்த விருந்தில் ஏழையோ, பணக்காரரோ, கலந்துகொள்ளாதவரென்று யாருமே இல்லை. சந்தியாகோ நாஸார் பெரிதாகக் கனவு கண்டுகொண்டிருந்தான்.

“என் திருமணமும் அப்படித்தான் இருக்கப் போகிறது, எப்படியிருக்கும் தெரியுமா?” என்றான் அவன். “அதைப் பற்றிப் பேச மக்களுக்கு ஆயுள் போதாது.”

அவ்விடத்தை தேவதூதன் கடந்து போவதை என் சகோதரி உணர்ந்தாள். ஃப்ளோரா மீகெலின் அதிர்ஷ்டம் பற்றி அவள் நினைத்துப் பார்த்தாள். ஏற்கனவே பல விஷயங்களில் கொடுத்து வைத்தவளான அவள் வரப்போகும் கிறிஸ்துமஸ் அன்று சந்தியாகோ நாஸாரைக் கணவனாக அடைவாள்.

“அவனைக் காட்டிலும் அவளுக்கொரு மேலான துணை கிடைக்க முடியாதெனத் தோன்றியது” அவள் என்னிடம் சொன்னாள். “எண்ணிப் பார்; அழகானவன், சொன்ன சொல் தவறாதவன், இருபத்தோரு வயதிலேயே தனக்கெனக் குறிப்பிடும்படியான அளவுக்குச் சொத்து வைத்திருப்பவன்.” வீட்டில் அம்மா மரவள்ளி அடை செய்யும் போதெல்லாம் என் சகோதரி அவனை சாப்பிட வீட்டுக்கு அழைப்பாள். அன்று காலையும் எங்கள் வீட்டில் மரவள்ளி அடை இருந்ததால் அவனைச் சாப்பிட அழைத்தாள். வருவதாக அவனும் மகிழ்ச்சியோடு ஒப்புக்கொண்டான்.

“உடைமாற்றிக் கொண்டு உன்னோடு வருகிறேன்” என்றவன் தன் கைக்கடிகாரத்தை இரவு மேசையிலேயே வைத்துவிட்டு வந்ததை உணர்ந்தான். “இப்போது மணி என்ன?”

அப்போது மணி ஆறு இருபத்தைந்து. கிறிஸ்தோ பெதோயாவின் கரத்தைப் பற்றி சதுக்கத்தை நோக்கி அழைத்துச் சென்றான் சந்தியாகோ நாஸார்.

"இன்னும் பதினைந்து நிமிடத்தில் உன் வீட்டில் இருப்பேன்" அவன் என் சகோதரியிடம் சொன்னான்.

உணவு ஏற்கனவே தயாராகிவிட்டிருந்ததால் அப்படியே நேராக வீட்டுக்குப் போகலாமே என அவள் வற்புறுத்தினாள். "அவள் வற்புறுத்தியது விநோதமாக இருந்தது" கிறிஸ்தோ பெதோயா என்னிடம் சொன்னான். "அவர்கள் சந்தியாகோ நாஸாரைக் கொல்லப் போவதை அவள் அறிந்திருந்து எப்படியாவது அவனை உங்கள் வீட்டில் மறைத்து வைக்கவேண்டித்தான் அப்படிச் சொன்னாளோ எனச் சிலநேரம் எனக்குத் தோன்றியதுண்டு."

சில காளைக் கன்றுகளுக்கு விதைநீக்கம் செய்யவேண்டி சீக்கிரமே டிவைன் ஃபேஸ் பண்ணைக்குச் செல்ல வேண்டியிருப்பதால் தான் குதிரைச் சவாரிக்கான உடையணிய வேண்டுமென்றும் தனக்காகக் காத்திருக்காமல் அவள் வீட்டுக்குக் கிளம்பிச் சென்றால்தான் உடனே உடை மாற்றிக்கொண்டு வருவதாகவும் சொன்னான் சந்தியாகோ நாஸார். தன் அம்மாவிடம் விடைபெற்றது போலவே அவளிடமும் விடை பெற்றுக்கொண்டு கிறிஸ்தோ பெதோயாவின் கரத்தைப் பற்றியபடி சதுக்கத்தை நோக்கி நடந்தான். அவனை அவள் பார்த்தது அதுதான் கடைசி முறை.

அவர்கள் சந்தியாகோ நாஸாரைக் கொல்லப் போவதை படகுத்துறையில் இருந்தவர்களில் அநேகம் பேர் அறிந்திருந்தனர். ராணுவப் பள்ளியைச் சேர்ந்த ஓய்வுபெற்ற கர்னலும் நகர மேயருமான தோன் லாஸரோ அபோந்தே அங்கிருந்து அவனை நோக்கி விரல்களை விரித்துக் கையசைத்தார். "அவனுக்கு எவ்வித ஆபத்தும் நேராது என்பதில் என்னளவில் நான் உறுதியாக இருந்தேன்" அவர் என்னிடம் சொன்னார். பாதிரியார் கார்மென் அமாதோரும்கூட கவலைப்பட்டதாகத் தெரியவில்லை. "அவனை அத்தனைப் பாதுகாப்பாகவும் தைரியத்துடனும் பார்த்தபோது எல்லாமே வதந்தி என நினைத்தேன்," என்னிடம் அவர் சொன்னார். ஆனால் இதுகுறித்து சந்தியாகோ நாஸாரை யாரேனும் எச்சரித்தார்களா என்பதுபற்றி யாரும் யோசிக்கக்கூட இல்லை. ஏனென்றால் அவன் எச்சரிக்கப்படாமல் இருப்பதற்கான சாத்தியமே இல்லையெனத் தோன்றியது.

பார்க்கப்போனால், அவனை அவர்கள் கொல்லப்போகிறார்கள் என்ற தகவல் அறியாத வெகு சிலரில் என் சகோதரி மார்கோத்தும் ஒருத்தி. "எனக்கு மட்டும் அது தெரிந்திருந்தால் பன்றியைக் கட்டுவதுபோலக் கைகால்களைக் கட்டியாகிலும் அவனை வீட்டுக்குக் கொண்டு சென்றிருப்பேன்" விசாரணை அதிகாரியிடம் அவள் தெரிவித்தாள். அவளுக்கு விஷயம் தெரியாது என்பது ஆச்சரியம் என்றால் என் அம்மாவுக்கும் அது தெரியவில்லையென்பது அதைவிட ஆச்சரியம்.

காரணம், அவள் தெருவில் கால் வைத்து, சொல்லப்போனால் தேவாலய வழிபாட்டுக்குச் சென்றுகூட, வருடக்கணக்காக ஆகியிருந்தபோதும் வீட்டில் வேறு யாரையும்விட ஊரில் நடக்கும் விஷயங்கள் முதலில் அவளுக்குத்தான் தெரியவரும். பள்ளிக்கூடம் போக காலையில் சீக்கிரம் எழுந்துவிடத் தொடங்கிய காலந்தொட்டே இதை நான் அறிந்து வந்திருக்கிறேன். அப்போது அவள் மெலிந்திருந்தாள். சாம்பல் நிறத்தில் ஒளிரும் அதிகாலைப் பொழுதில் குறுகுறுப் பார்வையுடன் வீட்டிலேயே செய்த துடைப்பத்தைக்கொண்டு வாசலைப் பெருக்கிக் கொண்டிருப்பாள். காபியை அருந்தியபடியே, நாங்கள் உறங்கிக்கொண்டிருந்தபொழுது உலகில் நடந்தவற்றையெல்லாம் என்னிடம் சொல்லத் தொடங்குவாள். நகரத்தில் இருந்த மக்களோடு, குறிப்பாக அவள் வயதையொத்தவர்களோடு அவள் ரகசியத் தகவல் தொடர்பு வைத்திருந்தாளோ என எண்ணத் தோன்றும். சிலநேரம் அவள் நடக்கப் போவதை முன்கூட்டியே தெரிவித்து எங்களை வியப்புக்குள்ளாக்கும்போது காலத்தை முன்னறியும் அமானுஷ்ய சக்தி அவளுக்கு உள்ளதோ என ஆச்சரியமடைவோம். ஆனால் அன்று அதிகாலை மூன்று மணியிலிருந்தே உருக்கொள்ளத் தொடங்கியிருந்த அந்தத் துயர நிகழ்வு பற்றிய எந்தவொரு துடிப்பையும் அவள் அறிந்திருக்கவில்லை. அன்று காலை என் சகோதரி மார்கோத் பிஷப்பை வரவேற்க வீட்டை விட்டுக் கிளம்பும்போது வாசலைப் பெருக்கி முடித்துவிட்டு அடை செய்வதற்காக மரவள்ளியை அரைத்துக் கொண்டிருந்தாள். பிறகு அந்த நாளை நினைவுகூறும் போதெல்லாம் என் அம்மா இவ்வாறு சொல்வதை வழக்கமாகக் கொண்டிருந்தாள். "சேவல்கள் பேசுவதை நாம் கேட்க முடியும்." தொலைவே கேட்ட இரைச்சலுக்கு பிஷப்பின் வருகை அல்ல, திருமண விருந்தின் கடைசி நேரக் கேளிக்கைகளே காரணமாக இருக்குமென அவள் நம்பினாள்.

எங்கள் வீடு பிரதான சதுக்கத்திலிருந்து குறிப்பிடும்படியான தொலைவில் ஆற்றங்கரையில் மாந்தோப்பு நடுவே இருந்தது. என் சகோதரி ஆற்றங்கரையோரமாக நடந்தே படகுத்துறைக்குச் சென்றாள். பிஷப் வருகையை ஒட்டிய பரபரப்பில் மூழ்கியிருந்ததால் மக்கள் வேறெந்த விஷயம் குறித்தும் அக்கறை காட்டவில்லை. நோயுற்றவர்களைக் கடவுளது அற்புத குணம் பெறவேண்டி அலங்கார வளைவுகளமைந்த நடைவழிகளில் அமர்த்தியிருந்தனர். வான்கோழிகள், பாலூட்டும் பன்றிகள் மற்றும் சாப்பிடக்கூடிய பலவகையான பதார்த்தங்களோடு பெண்கள் வீடுகளிலிருந்தும் விரைந்து வந்தனர். பூக்களால் அலங்கரிக்கப்பட்ட சிறு படகுகள் எதிர்க்கரையிலிருந்து வந்துகொண்டிருந்தன. ஆனால் பிஷப் நகரத்தில் கால்பதிக்காமலே சென்றுவிட்டபின் அதுவரை கமுக்கமாக இருந்த அந்த மற்றொரு செய்தி அதிர்ச்சியூட்டும்படியாக விஸ்வரூபமெடுத்தது. என் சகோதரி துல்லியமான, குரூரமான வழியில் அச்செய்தியை அறிந்தாள். நேற்று முன்தினம் திருமணமான அழகுப்பெண் ஆங்கெலா விகாரியோவை அவள் கணவன் பிறந்த வீட்டுக்குத் திருப்பி அனுப்பிவிட்டான். காரணம் அவள் ஏற்கனவே கன்னிகழிந்திருந்ததை அவன் தெரிந்து கொண்டதுதான். "நான்தான் சாகப் போகிறேன் என அப்போது நினைத்தேன்" மிகுந்த அதிர்ச்சியடைந்தவளாக இருந்த என்

சகோதரி சொன்னாள். "எப்படி இந்தக் கதைக்கு கண் காது மூக்கெல்லாம் வைத்தார்களோ தெரியவில்லை. இதில் சந்தியாகோ நாஸார் எங்கே வந்தான் என்றும் யாரும் எனக்கு விளக்கமாகச் சொல்லவில்லை." அவர்களுக்கு உறுதிபடத் தெரிந்ததெல்லாம் ஆங்கெலா விகாரியோவின் சகோதரர்கள் அவனைக் கொலை செய்யக் காத்திருக்கிறார்கள் என்பதுதான்.

அழுகையை அடக்கும் பொருட்டு தன்னையே உள்ளுக்குள் கடுமையாக ஒடுக்கியவளாக என் சகோதரி வீடு வந்துசேர்ந்தாள். ஒருவேளை பிஷப் எங்கள் வீட்டுக்கு வந்தால் பொருத்தமாக இருக்குமே என்று என் அம்மா நீலநிறப் பூக்கள் கொண்ட, ஞாயிற்றுக்கிழமைக்கான சிறப்பு உடையை அணிந்தவளாய் ரகசியக் காதல் குறித்தான 'ஃபேடோ' பாடலைப் பாடியபடி சாப்பாட்டு மேசையை ஒழுங்கு செய்துகொண்டிருந்தாள். வழக்கத்துக்கு மாறாக சாப்பாட்டு மேசையில் கூடுதலாக ஒரு இடம் ஒதுக்கப்பட்டிருப்பதை என் சகோதரி கண்டாள்.

"அது சந்தியாகோ நாஸாருக்கு" என் அம்மா அவளிடம் சென்னாள். "நீ அவனைக் காலை உணவுக்கு அழைத்திருப்பதாகச் சொன்னார்கள்."

"அந்த நாற்காலியை அங்கிருந்து எடுங்கள்" என் சகோதரி சொன்னாள்.

பிறகு அம்மாவிடம் விஷயத்தைச் சொன்னாள். "ஆனால் எல்லாமே அவளுக்கு முன்கூட்டியே தெரிந்தது போலிருந்தது" அவள் என்னிடம் சொன்னாள். "எல்லாம் வழக்கம்போலத்தான்: ஏதேனும் ஒரு விஷயத்தைச் சொல்லும்போது பாதியிலேயே, அவளுக்கு அந்த விஷயம் தெரிந்துவிட்டிருப்பது நமக்கு தெரிந்துவிடுகிறது." அந்தச் செய்தி என் அம்மாவுக்கு மிகுந்த சிக்கலான ஒன்று. சந்தியாகோ நாஸாரது ஞானஸ்நானத்தின்போது அவள் அவனுக்கு ஞானத்தாயாக இருந்தவள். அவள் பெயரைத்தான் அவனுக்கு வைத்தார்கள். அதே நேரம் வீட்டுக்குத் திருப்பி அனுப்பப்பட்ட மணப்பெண்ணின் தாயான பூரா விகாரியோவுக்கும் அவளுக்கும் ரத்த உறவு இருந்தது. இருந்தும் அவள் அந்தச் செய்தியைக் கேட்ட உடனேயே உயர்ந்த குதிகாலுடைய சப்பாத்துகளை அணிந்துகொண்டு, துக்கம் விசாரிக்கப் போகையில் மட்டும் போர்த்திக்கொள்ளும், தேவாலயத்து சால்வையையும் போர்த்திக்கொண்டாள். படுக்கையிலிருந்தபடியே எல்லாவற்றையும் கேட்டுக்கொண்டிருந்த என் அப்பா இரவு உடையோடு எழுந்து சாப்பாட்டு அறைக்கு வந்து ஒருவித அச்சத்தோடு அவளிடம் எங்கே கிளம்புகிறாய் எனக் கேட்டார்.

"என் அன்புக்குரிய தோழி ப்ளாஸிதாவை எச்சரிக்க" என்று அவள் பதில் சொன்னாள், "அவள் மகனை அவர்கள் கொல்லப் போவதை எல்லாரும் அறிந்திருக்க அவள் மட்டும் அறியாமலிருப்பது சரியல்ல."

"அவளோடு நமக்கு என்ன உறவு இருக்கிறதோ அதே உறவுதான் விகாரியோ குடும்பத்தோடும்" என் அப்பா சொன்னார்.

"அப்படியானால் இந்த சந்தர்ப்பத்தில் இழவு வீடுதான் முக்கியம்" அவள் சொன்னாள்.

என் இளைய சகோதரர்கள் தங்கள் படுக்கை அறைகளிலிருந்து வெளியே வரத் தொடங்கினர். அந்த துயரச் சம்பவம் பற்றிக் கேள்விப்பட்ட என் கடைக்குட்டி சகோதரன் அழத்தொடங்கினான். என் அம்மா யார் சொல்வதையும் கேட்கத் தயாராக இல்லை. வாழ்வில் முதல் தடவையாக அவள் தன் கணவன் பேச்சை உதாசீனம் செய்தாள்.

"ஒரு நிமிடம் பொறு, நான் உடைமாற்றிக் கொண்டு வந்துவிடுகிறேன்" அவர் அவளிடம் சொன்னார்.

அவள் அதற்குள்ளாகத் தெருவில் இறங்கி விட்டிருந்தாள். என் சகோதரன் ஹாய்மே மட்டுமே அப்போது பள்ளிக்கூடம் போவதற்கான உடையணிந்திருந்தான்.

"நீ அவளோடு போ" அப்பா அவனிடம் சொன்னார்.

ஹாய்மே அவள் பின்னாலேயே ஓடினான். என்ன நடக்கிறது, எங்கே போகிறோம், எதுவுமே அவனுக்குப் புரியவில்லை. அவள் கையை அவன் பிடித்துக்கொண்டான். "தனக்குத்தானே பேசியபடி அம்மா போய்க்கொண்டிருந்தாள்" ஹாய்மே என்னிடம் சொன்னான். "என்னவொரு கேவலமான வாழ்க்கை" மூச்சு வாங்கியபடியே சொன்னாள், "அசிங்கம் பிடித்த விலங்குகள். நல்லபடியாக எதுவும் செய்யத் தெரியாத விலங்குகள்." கையில் குழந்தையைப் பிடித்திருக்கிறோம் என்ற பிரக்ஞைகூட அவளுக்கு இல்லை. "எனக்குப் பைத்தியம் பிடித்துவிட்டதோ என்றுகூட அவர்கள் நினைத்திருப்பார்கள்" அவள் என்னிடம் சொன்னாள். "திருமண விருந்துதான் மறுபடி தொடங்கிவிட்டதோ என எண்ணும்படிக்குத் தொலைவே கேட்ட இரைச்சலும் மக்கள் சதுக்கத்தை நோக்கி ஓடிக்கொண்டிருந்த காட்சியும் தவிர வேறெதுவும் என் மனதில் பதியவில்லை." ஒருவரின் உயிர் சம்பந்தப்பட்ட விஷயம் என்பதால் அவளால் கூடிய அளவு விரைவாக, வேறெந்தச் சிந்தனையும் இன்றி நடந்துகொண்டிருந்தாள். எதிரே வந்துகொண்டிருந்த நபர் ஒருவர் அவளைக் கண்டு பரிதாபப்பட்டார்.

"ரொம்ப சிரமப்பட வேண்டாம் லூயிஸா சந்தியாகோ" சத்தம் போட்டுச் சொன்னபடியே அவர் அவளைக் கடந்து போனார். "அவர்கள் அவனைக் கொன்றுவிட்டார்கள்."

# 2

தன் புது மனைவியைப் பிறந்த வீட்டுக்குத் திருப்பி அனுப்பியவனான பயார்தோ சான் ரோமான் முந்தின வருடம் ஆகஸ்ட் மாதம்தான் அங்கு வந்திருந்தான்; அதாவது அவனது திருமணத்துக்கு ஆறு மாதம் முன்பாக. வாராவாரம் வரும் படகில் சில முரட்டுத் தோல்பைகளுடன் அவன் வந்திறங்கினான். அவனது இடுப்பு வாரின் உலோக வளையத்துக்கும் பூட்சுகளில் இருந்த வளையங்களுக்கும் பொருத்தமாக அவன் கொண்டுவந்த பைகளிலும் வெள்ளி வளையங்கள் காணப்பட்டன. அவன் வயது முப்பதை ஒட்டியிருந்தது. ஆனால் பார்வைக்கு அப்படித் தோன்றவில்லை. காரணம் இளம் காளைச்சண்டை வீரனைப் போன்ற அவனது இடுப்பும், பொன்னிறக் கண்களும், பளபளப்பான சருமமும்தான். சுத்தமான கன்றுக்குட்டித் தோலால் ஆன இறுக்கமான கால்சராயும் சிறிய மேல்சட்டையும் அணிந்திருந்தான். அதே வண்ணத்தில் இளம் ஆட்டுத்தோலால் ஆன மென்மையான கையுறைகளும் அணிந்திருந்தான். படகில் அவனோடு பயணம் செய்து வந்த மக்தலேனா ஆலிவரால் பயணம் முழுக்க அவன் மீதிருந்து கண்களை எடுக்கவே முடியவில்லை. "அவனொரு தேவதூதுவன் போலிருந்தான்" அவள் என்னிடம் சொன்னாள். "அப்படியே அவன்மேல் வெண்ணெயைத் தடவிச் சாப்பிட்டு விடலாம் போலிருந்தது." அவனைப் பார்த்து இப்படி நினைத்தது அவள் ஒருத்தி மட்டுமல்ல, அதோடு பார்த்த மாத்திரத்திலேயே ஒருவரால் புரிந்துகொள்ளக்கூடிய ஆள் அல்ல பயார்தோ சான் ரோமான் எனத் தெரிந்துகொண்ட கடைசி ஆளும் அவளல்ல.

ஆகஸ்ட் மாதக் கடைசியில் அம்மா பள்ளியில் இருந்த எனக்கெழுதிய கடிதத்தில் சாதாரணமாக ஒரு வரி குறிப்பிட்டிருந்தாள். "மிகவும் வித்தியாசமான ஆள் ஒருவன் இங்கு வந்திருக்கிறான்." அடுத்த கடிதத்தில் அவள் எழுதியிருந்தாள்: "அந்த வித்தியாசமான ஆளுடைய பெயர் பயார்தோ சான் ரோமான். மிக வசீகரமான ஆள் என

எல்லாரும் சொல்கிறார்கள். ஆனால், இதுவரை அவனை நான் பார்க்கும் சந்தர்ப்பம் கிடைக்கவில்லை." அவன் எதற்காக அங்கு வந்திருக்கிறான் என்று யாருக்கும் தெரியாது. தனது ஆர்வத்தை அடக்கமுடியாத யாரோ அதைக் கேட்டுவிட அதற்கான பதில், திருமணத்துக்கு சிலநாட்கள் முன்பாகத்தான் கிடைத்தது. "திருமணத்துக்குப் பெண் தேடி ஒவ்வொரு ஊராகச் சென்று கொண்டிருக்கிறேன்." ஒருவேளை அது உண்மையாக இருந்திருக்கலாம். உண்மையெனத் தோன்றும்படி அவனால் வேறெந்த பதிலையும் சொல்லியிருக்க முடியும். அவன் பேசும் தொனி எதையும் வெளிப்படுத்துவதற்குப் பதிலாக எதையோ மறைப்பதாகவே தோன்றியது.

அவன் நகருக்கு வந்த அன்றிரவு திரையரங்கில், தான் ஒரு ரயில்பாதைப் பொறியாளனாக இருந்தவனென்று சொன்னவன் போக்குவரத்துக்கு, நிலையில்லாத இந்த ஆற்றை நம்பியிராமல் நாட்டின் பிரதான பகுதியை இணைக்க உடனே ஒரு ரயில்பாதை அமைக்க வேண்டியதன் தேவையை அவர்களுக்குப் புரியும்படி விளக்கினான். மறுநாள் தந்தி அலுவலகத்தில் விசைகளைத் தானே இயக்கி தந்தியொன்றை அனுப்பினான். அதுமட்டுமன்றி தீர்ந்துபோன பேட்டரிகளைத் தொடர்ந்து எப்படி உபயோகப்படுத்தலாம் எனத் தான் கண்டுபிடித்திருந்த வழிமுறை ஒன்றையும் தந்தி அனுப்புவோனுக்குச் சொல்லித் தந்தான். இதுபோலவே கட்டாய ராணுவ சேவை நிமித்தம் எல்லையில் பணியாற்றியபோது எல்லைப்புற நோய்களால் பாதிக்கப்பட்டு மீண்டிருந்த ராணுவ டாக்டர் ஒருவரிடம் அந்நோய்கள் குறித்து மிக விரிவாக, சரளமாகப் பேசினான். நீண்ட தடபுடலான விழாக்களை அவன் விரும்பினான். அவனொரு நல்ல குடிகாரன். சண்டைகள் ஏற்படுகையில் அவற்றைச் சுமூகமாகத் தீர்த்து வைத்தான். ஆனால் சீட்டாட்டத்தில் ஏமாற்றுபவர்களை அறவே வெறுத்தான். ஒரு ஞாயிற்றுக்கிழமை மிகத் திறமைவாய்ந்த நீச்சல் வீரர்களோடு பந்தயம் கட்டினான். ஆற்றின் மறுகரையைத் தொட்டுத் திரும்பி வரவேண்டிய பந்தயத்தில் அவனே வென்றான். அங்கிருந்தவர்களிலேயே மிகத்திறமையான நீச்சல் வீரனே அவனுக்கு இருபது வீச்சுகள் பின்னால்தான் வந்தான். அம்மா எனக்கெழுதிய கடிதம் ஒன்றில் இதுபற்றிக் குறிப்பிட்டிருந்தாள். கடிதத்தின் முடிவில் அவளுக்கே உரியதான ஒரு முத்தாய்ப்பும் வைத்திருந்தாள். "அதோடு அவன் தங்கத்திலும் நீந்துவதாகத் தெரிகிறது." பயார்தோ சான் ரோமான் எதையும் செய்து முடிக்கும் திறமை வாய்ந்தவன் மட்டுமல்ல செய்வதை மிகத் திறமையாகவும் செய்யக்கூடியவன். அதோடு நில்லாமல் அவனுக்கு ஏராளமான சொத்துக்களும் இருந்தன என்று ஊரில் பரவியிருந்த பேச்சே அம்மா அவ்வாறு எழுதுவதற்குக் காரணமாக அமைந்தது. அக்டோபர் மாதம் எழுதிய கடிதத்தில் அம்மா அவனைப் பாராட்டி எழுதியிருந்தாள். இதுதான் அவனைப் புகழ்ந்து அவள் எழுதிய கடைசிக் கடிதம். "மக்கள் அவனைப் பெரிதும் விரும்புகின்றனர்" அவள் எழுதியிருந்தாள். "காரணம் அவன் நேர்மையானவன், நல்ல இதயம் படைத்தவன். போன ஞாயிற்றுக்கிழமை தேவாலய வழிபாட்டில் அவன் மண்டியிட்டு நன்மை வாங்கினான், அதோடு லத்தீனில் நடந்த திருவழிபாட்டிலும் பங்கு கொண்டான்." அந்த நாட்களில் நின்றபடி நன்மை வாங்க யாரும் அனுமதிக்கப்பட்டதில்லை. அதோடு தேவாலயத்தில் எல்லா வழிபாடுகளும்

லத்தீன் மொழியிலேயே நடைபெற்றன. இருந்தும் முக்கியமான ஒரு விஷயத்தைச் சொல்லும்போது அதற்கு வலுசேர்க்க இதுபோன்ற சாதாரணத் தகவல்களையும் சேர்த்துக் கொள்வது அவள் வழக்கம். ஆனால், அவனைப்பற்றிய உயர்வானதொரு முடிவுக்கு வரும்படியாக அமைந்த இந்தக் கடிதத்திற்குப் பிறகு அவளெழுதிய இரண்டு கடிதங்களில் பயார்தோ சான் ரோமான் பற்றி எந்தத் தகவலும் இல்லை. அவன் ஆங்கெலா விகாரியோவைத் திருமணம் செய்துகொள்ளப்போகும் விஷயம் ஊர்ஜிதமாகியிருந்த போதும் அதுபற்றிக்கூட அம்மா எழுதவில்லை. துரதிருஷ்டவசமான அந்தத் திருமணம் நடந்து வெகுநாட்கள் கழிந்த பிறகே, அந்த அக்டோபர் கடிதத்தை மாற்றியெழுத வகையில்லாமல் அவனைப் பற்றிய உண்மையைத் தான் தாமதமாகவே அறிய நேர்ந்ததாகவும் அவனது பொன்னிற விழிகள் அவளுள் ஒருவித நடுக்கத்தை ஏற்படுத்தியிருந்தன என்றும் என்னிடம் சொன்னாள்.

"என் கண்களுக்கு அவன் சாத்தானைப் போலத் தோன்றினான்," அவள் சொன்னாள் "ஆனால் இதுபோன்ற விஷயங்களை எழுதக்கூடாதென நீ சொல்லியிருந்தாய்."

அவள் அவனைச் சந்திக்க நேர்ந்த சில நாட்கள் கழித்து கிறிஸ்துமஸ் விடுமுறைக்காக வந்திருந்தபோது நானும் அவனைச் சந்தித்தேன். எல்லோரும் சொன்னதுபோல அவன் விசித்திரமானவனாகவே இருந்தான். பார்ப்பதற்கு வசீகரம் மிக்கவனாகத் தோன்றினான். ஆனால் மக்தலேனா ஆலிவர் சொன்ன அளவுக்கு அல்ல. அவனது விநோதச் செயல்களைக் கண்ட ஒருவர் முடிவு செய்திருக்கக் கூடியதைக் காட்டிலும் அதிகக் காரிய நோக்கமுடையவனாகவே எனக்கு அவன் தோன்றினான். அவனது மட்டுமீறிய நன்னடத்தையால் மறைத்துவிட முடியாத ஒரு இறுக்கமும் அவனுள் குடிகொண்டிருந்தது. எல்லாவற்றுக்கும் மேலாக அவனொரு சோகம் நிறைந்த மனிதனாக எனக்குத் தோன்றினான். அப்போது அவன் ஆங்கெலா விகாரியோவுடனான தன் காதலை முறைப்படி தெரிவித்துவிட்டிருந்தான்.

அவர்களிருவரும் சந்திக்க நேர்ந்தது எப்படியென்று இதுவரையிலும் யாருக்கும் சரியாகத் தெரியாது. ஆங்கெலா விகாரியோவும் அவள் அம்மாவும் இரண்டு கூடைகளில் செயற்கைப் பூக்களை ஏந்தியபடி சதுக்கத்தைக் கடந்துபோனபோது பயார்தோ சான் ரோமான் கூடத்தில், ஆடும் நாற்காலியில் அமர்ந்து சிறு துயிலில் ஆழ்ந்திருந்த விதத்தை அவன் தங்கியிருந்த பிரம்மச்சாரிகள் விடுதியின் சொந்தக்காரி சென்னாள். மந்தமான, ஆளரவமற்ற மதியம் இரண்டுமணிப் பொழுதில் அந்த சதுப்புநிலப்பகுதியில் விரும்பத்தகாத கறுப்பு நிறத்தில் உடையணிந்து போகும் ஒரே நபர்களான அந்த இருவரில் இளையவள் யாரெனக் கேட்டான் அரைத் தூக்கத்திலிருந்த பயார்தோ சான் ரோமான். உடன் செல்லும் அந்தப் பெண் இளைய பெண்ணின் தாயென்றும், அந்தப் பெண்தான் அவளது கடைக்குட்டிப்பெண் ஆங்கெலா விகாரியோ என்றும் சொன்னாள் விடுதியின் சொந்தக்காரி. அவர்கள் சதுக்கத்தின் மறுபக்கத்தை அடையும் வரைக்கும் அவர்களைத் தன் பார்வையால் பின்தொடர்ந்தான் பயார்தோ சான் ரோமான்.

"நல்ல பெயர்" என்றான்.

பிறகு ஆடும் நாற்காலியின் பின்புறமாகத் தலையைச் சாய்த்து மீண்டும் கண்களை மூடிகொண்டான்.

"நான் கண்விழிக்கும்போது" அவன் சொன்னான், "அவளை நான் திருமணம் செய்துகொள்ளப் போகிறேன் என்பதை நினைவுபடுத்துங்கள்."

பயார்தோ சான் ரோமான் தன்னைக் காதலிக்க ஆரம்பிக்கும் முன்பாகவே விடுதியின் சொந்தக்காரி மூலமாக இந்த சம்பவத்தைக் கேள்விப்பட்டதாக ஆங்கெலா விகாரியோ என்னிடம் சொன்னாள். "எனக்கு ஆச்சரியமாக இருந்தது," அவள் என்னிடம் சொன்னாள். அந்த விடுதியில் இருந்த மூவர் இச்சம்பவம் நடந்தது உண்மைதான் எனத் தெரிவித்தனர். ஆனால் எஞ்சிய நான்குபேர் இதுபற்றி உறுதியாக எதுவும் கூறவில்லை. ஆனால் பலரும் தெரிவித்தது போல அக்டோபர் மாதத்தில் தேசிய விடுமுறை நாளன்று ஆங்கெலா விகாரியோ பரிசுச் சீட்டுகளைக் கூவி விற்றுக் கொண்டிருந்த, தரும காரியங்களுக்கு நிதி திரட்டவென நடந்த சந்தையில்தான் அவளும் பயார்தோ சான் ரோமானும் முதல் தடவையாக ஒருவரையொருவர் பார்த்துக்கொண்டனர். சந்தைக்கு வந்த பயார்டோ சான் ரோமான் நேராக, மிகுந்த வருத்தம் தோய்ந்த முகத்துடன் சோர்ந்துபோய்க் காணப்பட்ட பரிசுச்சீட்டு குலுக்கல் நடத்துபவளிடம் சென்றான். உட்புறம் கிளிஞ்சல்தாது பூசப்பட்ட, திறந்ததும் இனிய ஒலியெழுப்பும் இசைப்பெட்டியின் விலை என்னவென்று அவளை வினவினான். சந்தையில் அனைவரையும் மிக அதிகம் ஈர்த்த பொருள் அதுதான். அது விற்பனைக்கல்ல என்றும் பரிசுக் குலுக்கல் நடத்தி அதில் வெல்பவருக்கே அது வழங்கப்படும் என்றும் அவள் சொன்னாள்.

"ரொம்ப நல்லது" என்றான் அவன்.

"விஷயம் சுலபமாகவும் அதிகச் செலவின்றியும் முடிந்துவிடும்." அவளுக்கு அவன்மீது ஈடுபாடு ஏற்படும்விதமாக அவன் நடந்துகொண்டான் என்றும் ஆனால் அந்த ஈடுபாடு நிச்சயமாகக் காதல் தொடர்பானது அல்ல என்றும் அவள் என்னிடம் சொன்னாள். "தற்பெருமையடித்துக்கொள்ளும் ஆண்களை நான் வெறுத்தேன். மேலும் அவனைப் போன்று கர்வம் மிக்க ஒரு ஆளை நான் அதற்கு முன் பார்த்ததில்லை" அந்த தினத்தைப் பற்றி நினைவுகூர்கையில் அவள் சொன்னாள். "அதோடு அவனொரு போலந்துக்காரன் என நான் நினைத்தேன்." அந்த இசைப்பெட்டிக்கான பரிசுக் குலுக்கலுக்கு சீட்டுகளை அவள் சங்கடத்துடன் கூவி விற்கத் தொடங்கினாள். அவள் பயந்தது போலவே அந்த இசைப்பெட்டி பயார்தோ சான் ரோமானுக்குப் பரிசாக விழுந்தது. அவளைக் கவரவேண்டி பரிசுச் சீட்டுகள் மொத்தத்தையும் அவனே வாங்கியிருந்ததை அவளால் நம்பமுடியவில்லை. அன்றிரவு அவள் வீடு திரும்பியபோது பரிசுப் பொட்டலமாகக் கட்டி மேலே உயர்ரகப் பருத்தித் துணிகொண்டு முடிச்சிட்டு அந்த இசைப்பெட்டி அங்கே வைக்கப்பட்டிருப்பதைக் கண்டாள் ஆங்கெலா விகாரியோ. "அன்று எனது பிறந்தநாள் என்பதை எப்படி அறிந்தான் என்று எனக்குத் தெரியவே தெரியாது" அவள் என்னிடம் சொன்னாள். அதுபோன்ற ஒரு பரிசை அதுவும் எல்லாரும் பார்க்கிற வகையில் அனுப்புகிற அளவுக்குத் தனக்கும் பயார்தோ சான் ரோமானுக்கும் எந்தத் தொடர்புமில்லை என்பதைத் தன் பெற்றோருக்குப்

புரிய வைப்பதற்குள் அவளுக்குப் போதும் போதும் என்றாகிவிட்டது. எல்லாரும் பார்க்க அவன் அதைச் செய்தது இன்னும் மோசமாக அவளுக்குப் பட்டது. அந்தப் பரிசை விடுதிக்குக் கொண்டு சென்று அதன் சொந்தக்காரனிடம் ஒப்படைத்துவிடும்படி தன் சகோதரர்கள் பெத்ரோ மற்றும் பாப்லோவிடம் சொன்னாள். அவர்கள் அந்த வேலையை எவ்வளவு சுருக்கமாகச் செய்து முடித்தார்களென்றால் அவர்கள் வந்ததையோ பரிசுப்பொருளை வைத்துவிட்டுச் சென்றதையோ ஒருவரும் பார்த்தாரில்லை. ஆனால், மனிதரை வசியப்படுத்தும் பயார்தோ சான் ரோமானது திறமைபற்றி அப்போது அவர்கள் அறிந்திருக்கவில்லை. விடியும்வரை அந்த இரட்டைச் சகோதரர்கள் யார் கண்களுக்கும் தென்படவில்லை. மறுநாள் காலை போதைத் தள்ளாட்டத்துடன் உடன் பயார்தோ சான் ரோமான் வர அந்த இசைப்பெட்டியை திரும்பவும் கையில் சுமந்தபடி கொண்டாட்டத்தை வீட்டிலும் தொடர அவர்கள் வருவதை அனைவரும் பார்த்தனர்.

மிகவும் வசதி குறைவான அந்தக் குடும்பத்தில் ஆங்கெலா விகாரியோ கடைக்குட்டிப் பெண். அவளுடைய அப்பா போன்ஸியோ விகாரியோ ஒரு சாதாரண பொற்கொல்லர். குடும்ப கௌரவத்தை காப்பாற்ற நுட்பமான வேலைப்பாடுமிக்க தங்க நகைகள் ஏராளமாகச் செய்து அதனால் தன் கண் பார்வையை இழந்தவர். அவளது அம்மா பூரிஸிமா தெல் கார்மென் திருமணத்துக்கு முன்புவரை பள்ளி ஆசிரியையாகப் பணியாற்றியவள். பயமும் வேதனையும் கலந்தது போன்ற அவளது முகத்தோற்றம் உள்ளுக்குள்ளான அவளது திடசித்தத்தை வெளியில் தெரியாமல் மறைக்க உதவியது. “அவள் ஒரு கன்னிகாஸ்திரீயைப் போலத் தோன்றினாள்” மெர்ஸெதெஸ் நினைவு கூர்கிறாள். தன் கணவனையும் குழந்தைகளையும் காப்பாற்ற வேண்டி பெரும் தியாக உணர்வுடன் தன்னையே அவள் அர்ப்பணித்துக்கொண்டாள். அப்படியொருத்தி இருக்கிறாள் என்பதே சிலசமயம் பலருக்கும் நினைவில்லாமல் இருந்தது.

மூத்த பெண்கள் இருவருக்கும் வெகு தாமதமாகவே திருமணம் நடந்தது. அந்த இரட்டையர்களுக்கு அடுத்து ஒரு பெண் குழந்தை பிறந்தது. காய்ச்சல் கண்டு அவள் இறந்துபோனாள். அவள் இறந்து இரண்டு வருடங்கள் ஆகியிருந்தபோதும் அவர்கள் இன்னமும் துக்கம் கடைப்பிடித்து வந்தனர். வீட்டுக்குள் ஓரளவு சகஜமாக இருந்தபோதும் வெளியில் அவர்கள் கடுமையான வகையில் துக்கம் அனுஷ்டித்தனர். அவளது சகோதரர்கள் இருவரும் உண்மையான ஆண்மக்களாக வளர்க்கப்பட்டிருந்தார்கள். திருமணம் செய்துகொள்வதைக் குறிக்கோளாகக் கொண்டவர்களாய் பெண்பிள்ளைகள் வளர்க்கப்பட்டிருந்தனர். திரைச்சீலைகளில் பூத்தையல் வேலை செய்வது, தையல் இயந்திரத்தில் துணி தைப்பது, பின்னல் வேலை செய்வது, துணி துவைப்பது, தேய்ப்பது, செயற்கைப் பூக்கள், அலங்கார மிட்டாய்கள் செய்வது மற்றும் திருமண ஒப்பந்தங்கள் எழுதுவது ஆகியவற்றை அவர்கள் கற்றிருந்தனர். மரணம் தொடர்பான விஷயங்களை வெறுத்த தங்களது சமகாலப் பெண்பிள்ளைகளைப் போலல்லாமல் அவர்கள் நோயுற்றவர்களின் அருகிருந்து கவனிப்பதிலும் மரணத் தருவாயில் இருப்போரைத் தேற்றுவதிலும் இறந்தவர்களை உரிய ஆடைகளால் போர்த்தி வைப்பதிலும் பழையகாலத்துப் பெண்களைப்போல ஈடுபாட்டுடன்

செயல்பட்டனர். அவர்களிடத்தில் என் அம்மாவுக்குப் பிடிக்காத ஒரே விஷயம் படுப்பதற்கு முன்பு அவர்கள் தலைசீவிக் கொள்வதுதான். அவள் அவர்களிடம் சொல்வாள், "பிள்ளைகளா, இரவில் தலைவாரிக் கொள்ளாதீர்கள். அது கடலுக்குப் போயிருப்பவர்கள் திரும்புவதில் தாமதத்தை ஏற்படுத்தும்." அந்த ஒரு விஷயம் தவிர்த்து அவர்கள் நன்றாகவே வளர்க்கப்பட்டவர்கள் என அவள் கருதினாள். "அவர்கள் மிகவும் சமர்த்துப் பிள்ளைகள்" என்று அவள் அடிக்கடி சொல்வதுண்டு. "அவர்களைத் திருமணம் செய்துகொள்ளும் எவனும் சந்தோஷமாக இருப்பான். ஏனென்றால், அந்தப் பெண்கள் கஷ்டப்படுவதற்கென்றே வளர்க்கப்பட்டவர்கள்." மூத்த பெண்கள் இருவரையும் திருமணம் செய்து கொண்டவர்களாலும் அவர்கள் மூவரையும் பிரிக்க முடியவில்லை. ஏனென்றால் அவர்கள் மூவரும் எங்கு சென்றாலும் ஒன்றாகவே சென்றார்கள். பெண்களுக்கு மட்டுமான பிரத்யேக நடனங்களுக்கு அவர்கள் ஏற்பாடு செய்தனர். அதோடு ஆண்கள் போடும் திட்டங்களின் உள்ளர்த்தங்களைப் புரிந்துகொள்ளவும் அவர்கள் கற்றிருந்தனர்.

நான்கு பெண்களிலும் ஆங்கெலா விகாரியாவே மிகுந்த அழகுடன் திகழ்ந்தாள். வரலாற்றில் காணும் பேரரசிகளைப் போல தொப்புள்கொடி கழுத்தைச் சுற்றியிருக்க அவள் பிறந்தாள் என என் அம்மா சொல்வாள். ஆனால் அனாதரவாக விடப்பட்ட பெண் போலவும் ஆன்ம வறுமையிலும் இருக்கும் அவள் தோற்றத்தைக் காண்கையில் அவளது எதிர்காலம் நிச்சயமற்ற ஒன்றாகவே இருக்கும் எனக் கருதப்பட்டது. ஒவ்வொரு வருடமும் கிறிஸ்துமஸ் விடுமுறையின்போது ஜன்னலருகே அமர்ந்து துணிப்பூக்கள் செய்தபடி அண்டைப் பெண்களோடு பெண்களுக்கான தனி நடனப் பாடல்களைப் பாடிக்கொண்டிருக்கும் அவளை நான் பார்க்கும்போதெல்லாம் முந்தின வருடம் இருந்ததைவிட அதிகம் பரிதாபத்துக்குரியவளாகவே அவள் தோன்றுவாள். "பேதையான உன் அத்தை மகளுக்குக் காதலிக்க நேரம் வந்தாயிற்று போல" என்பான் சந்தியாகோ நாஸார். எதேச்சையாக ஒருநாள், அவள் சகோதரியின் இறப்புக்கான துக்க அனுஷ்டிப்புக்கு முன்பாக, தெருவில் அவளைக் கடந்துபோக நேரிட்டது. அவள் வளர்ந்த பெண்களுக்கான உடையை அணிந்திருந்தாள். கேசம் சுருள் சுருளாக அலங்கரிக்கப்பட்டிருந்தது. அது அவள்தான் என்று என்னால் நம்பவே முடியவில்லை. ஆனால் அது கணத்தோற்றம்தான். அவளுடைய ஆன்ம வறுமை இத்தனை வருடங்களில் இன்னும் வலுப்பெற்றிருக்கவே செய்தது. எனவேதான் பயார்தோ சான் ரோமான் அவளைத் திருமணம் செய்துகொள்ள விருப்பம் தெரிவித்தபோது பலர், புதிதாய் வந்த வெளியூர்க்காரன் செய்யப்போகும் நம்பிக்கைத் துரோகம் என்று நினைத்தனர்.

பயார்தோ சான் ரோமான் ஆங்கெலா விகாரியோவைத் திருமணம் செய்துகொள்ள விருப்பம் தெரிவித்ததை பூரா விகாரியோ தவிர்த்து அவள் குடும்பத்தினர் மனதாரவும் பெருமகிழ்வுடனும் ஏற்றுக்கொண்டனர். பூரா விகாரியோ மட்டும் ஒரு நிபந்தனை விதித்தாள். அந்த நிபந்தனை பயார்தோ சான் ரோமான் தான் யாரென்பதைச் சந்தேகத்துக்கு இடமின்றி நிரூபிக்க வேண்டும் என்பது. அதுவரையிலும் அவன் யாரென்று ஒருவரும் அறிந்திருக்கவில்லை. அவர்கள் அறிந்த அவனுடைய கடந்தகாலம் ஒரு

நடிகனைப் போன்ற உடை அலங்காரத்துடன் படகில் வந்து அவன் இறங்கிய அந்த மாலைப் பொழுதைத் தாண்டாதது. தன்னைப் பற்றிய உண்மைகளைச் சொல்வதில் அவன் காட்டிய தயக்கம் அவனைப்பற்றி பிறர் அவிழ்த்துவிட்ட கிறுக்குத்தனமான கண்டுபிடிப்புகளைக் கூட உண்மையென நம்ப வைத்தது. பல ஊர்களை அழித்து இறுதியில் காஸனரே நகரையும் பீதிக்குள்ளாக்கிய ராணுவப் படைப்பிரிவின் தளபதி அவனென்றும், டெவில்ஸ் ஐலண்டிலிருந்து தப்பி வந்தவனென்றும், பெர்னம்பூகோவில் இரண்டு கரடிகளை வைத்து வித்தைகாட்டிப் பிழைப்பு நடத்தி வந்தவனென்றும், ஏராளமான தங்கத்தைக் கொண்டு சென்றபோது வின்ட்வார்ட் கால்வாயில் மூழ்கிப்போன பெரிய ஸ்பானிய கப்பலொன்றில் இருந்தவற்றையெல்லாம் கைப்பற்றியவன் என்றும் அவனைப் பற்றி பலவிதமான யூகங்கள் நிலவின. இந்த யூகங்களுக்கெல்லாம் முற்றுப்புள்ளி வைக்கும் வகையில் அவனொரு வேலை செய்தான். தன் குடும்பத்தினர் அனைவரையும் அங்கு வரவழைத்தான்.

அவன் குடும்பத்தார் நான்கு பேர்; அப்பா, அம்மா மற்றும் பிறரை எரிச்சலடையச் செய்யும் இரண்டு சகோதரிகள். வாத்தைப் போல சப்தமெழுப்பிய அதன் ஹார்ன் ஒலி காலை பதினோரு மணிக்கு ஊரையே பரபரப்படைய வைக்க, அதிகாரப்பூர்வ நம்பர் பிளேட்டுகள் கொண்ட 'ட்டி' மாடல் ஃபோர்ட் காரில் அவர்கள் வந்தனர். அவன் தாய் ஆல்பெர்தா சைமன்ஸ் பருமனான ஒரு ஆப்பிரிக்க – வெள்ளை கலப்பினப் பெண்மணி. அவள் பாப்பியமென்ட்டோ கலந்த ஸ்பானிஷ் பேசினாள். அவளது இளமைக்காலத்தில் ஆன்ட்டில்லிஸில் இருந்த மிக அழகான இருநூறு பெண்களிலும் மிக அழகானவள் எனப் பேர் பெற்றிருந்தவள். அண்மையில்தான் பருவத்துக்கு வந்திருந்த அவள் சகோதரிகள் இருவரும் இளம் பெண் குதிரைக்குட்டிகள் போலத் துடிப்பாகக் காணப்பட்டனர். ஆனால் அனைவரையும் கவர்ந்தது அவன் அப்பாதான். ஜெனரல் பெத்ரோனியோ சான் ரோமான் கடந்த நூற்றாண்டு சிவில் யுத்தங்களின்போது பிரபலமாக இருந்தவர். டூகுர்னிகா பேரழிவின்போது கர்னல் அவ்ரெலியானோ புவெந்தியா தப்பியோட உதவி புரிந்தவர். கன்சர்வேடிவ் அரசின் பெருமைக்குரிய புள்ளிகளில் ஒருவர். அவர் யாரென்பதை அறிந்தபின்னும் சென்று அவரை வரவேற்காமல் போன ஒரே ஆள் என் அம்மாதான். "அவர்கள் திருமணம் செய்துகொள்வது சரிதான் என்று எனக்குத் தோன்றியது" அவள் என்னிடம் சொன்னாள், "ஆனால் அவர்கள் திருமணம் செய்துகொள்வதும் ஜெரினெல்தோ மார்க்கேஸை முதுகில் சுட உத்தரவிட்ட ஒரு ஆளுடன் கைகுலுக்குவதும் முற்றிலும் வேறான விஷயங்கள்." காரின் ஜன்னல் வழியே தன் வெள்ளைத் தொப்பியை ஆட்டியபடி வந்த அவரை அவர்கள் உடன் அடையாளம் கண்டுகொண்டனர். காரணம் அவர் முகம் புகைப்படங்கள் வழி ஏற்கனவே பரிச்சயமாகியிருந்தது. கோதுமை நிறத்தில் சூட், அதிகம் லேஸ் அமைந்த, குதிரைத் தோலால் ஆன சப்பாத்துகள், சட்டைப் பொத்தானுடன் சங்கிலியால் இணைக்கப்பட்ட தங்க ஃபிரேமிட்ட மூக்குக்கண்ணாடி ஆகியவற்றை அணிந்திருந்தார். சட்டையில் வீரச்செயலுக்கான பதக்கம். குமிழில் தேசியச்சின்னம் பொறிக்கப்பட்ட பிரம்பு ஒன்றைக் கையில் வைத்திருந்தார். காரிலிருந்து முதலில் இறங்கியது அவர்தான். எங்கள்

ஊரின் மோசமான சாலைகளிலிருந்து எழுந்த எரியும் புழுதி அவரை முழுதுமாக மூடியிருந்தது. அவர் செய்யவேண்டியிருந்ததெல்லாம் அவன் விரும்பிய பெண்ணை பயார்தோ சான் ரோமான் திருமணம் செய்துகொள்ளலாம் என அவர்களுக்கு உணர்த்தும் வகையில் காரின் படியில் வந்து நிற்பதுதான்.

ஆங்கெலா விகாரியோவுக்கு பயார்தோ சான் ரோமானைத் திருமணம் செய்துகொள்வதில் விருப்பமில்லை. “அவர் என் தகுதிக்கு மீறின கணவனாகத் தோன்றினார்” அவள் என்னிடம் சொன்னாள். அதோடு பயார்தோ சான் ரோமான் திருமணத்துக்கு முன்பு அவளைக் காதலிக்கவில்லை. ஆனால் அவள் குடும்பத்தினரை அவன் காந்தம்போல ஈர்த்திருந்தான். அவளுடைய பெற்றோரும் சகோதரிகளும் அவர்களது கணவர்களும் கூடத்தில் ஒன்றுகூடி அவள் சரியாகப் பார்த்துக்கூட இராத அவனைத் திருமணம் செய்துகொள்ள வற்புறுத்திய அந்த அச்சமூட்டும் இரவை அவள் ஒருபோதும் மறந்தவள் இல்லை. அவளின் இரட்டைச் சகோதரர்கள் இது எதிலும் பட்டுக்கொள்ளவில்லை. “அது பெண்கள் சமாச்சாரம் என விட்டுவிட்டோம்” பாப்லோ விகாரியோ என்னிடம் சொன்னான். வறுமையிலிருக்கும் குடும்பத்துக்குக் கடவுளாகப் பார்த்துக் கொடுக்கும் அதிர்ஷடத்தை வேண்டாமெனச் சொல்லலாமா என அவள் பெற்றோர்கள் வாதிட்டனர். தங்களிடையே நிஜமான அன்பு இல்லாததால் நிலவும் ஒருவித அசௌகரியத்தை அவள் சுட்டிக்காட்டியபோது அதற்கு அவள் அம்மா ஒரே வரியில் பதிலளித்தாள்.

“அன்பைக் கற்றுக்கொள்ளக்கூட முடியும்.”

அப்போதெல்லாம் திருமணத்துக்கு முன் பெரியவர்களது மேற்பார்வையின் கீழ் நிச்சயிக்கப்பட்ட மணமக்கள் ஒருவரையொருவர் புரிந்து பழக நீண்ட அவகாசம் இருக்கும். ஆனால் பயார்தோ சான் ரோமான் அவசரப்பட்டதனால் அந்த அவகாசம் நான்குமாத காலமாகக் குறைந்தது. அவர்கள் குடும்பத்தில் அனுஷ்டிக்கப்பட்டு வந்த துக்க காலம் முடியும்வரை காத்திருக்க வேண்டுமென்று பூரா விகாரியோ வலியுறுத்தியதால் அது மேலும் குறையவில்லை. பயார்தோ சான் ரோமான் திருமண ஏற்பாடுகளைக் கவர்ச்சிகரமாகச் செய்ததால் காத்திருப்புக் காலம் பதற்றமின்றி கழிந்தது. “ஒரு நாள் இரவு, உனக்கு எதைப்போன்ற வீடு வேண்டும் எனக் கேட்டார்.” ஆங்கெலா விகாரியோ என்னிடம் சொன்னாள். “என்ன காரணம் என்று தெரியாமலேயே இந்த நகரத்திலேயே மிகவும் அழகான வீடு, மனைவியை இழந்தவரான சையுஸின் பண்ணை வீடுதான் என்று சொன்னேன்.” அவளது இடத்தில் நான் இருந்திருந்தால்கூட அதையேதான் சொல்லியிருப்பேன். அந்தவீடு எப்போதும் காற்று வீசிக்கொண்டிருக்கும் ஒரு குன்றின்மீது இருந்தது. அவ்வீட்டு மொட்டை மாடியிலிருந்தபடி கருஞ்சிவப்பு மலர்களால் நிறைந்த, எல்லையற்று விரிந்த சதுப்புநில வனத்தைக் காணலாம். தெளிவான கோடை நாட்களில் கரீபிய நிலங்களையும் கார்தஹேனா தே இந்தியாஸிலிருந்து வரும் சுற்றுலாக் கப்பல்களையும் காணலாம். அன்று இரவே சமுதாய மன்றத்துக்குச் சென்ற பயார்தோ சான் ரோமான் டாமினோ விளையாட சையுஸ் அமர்ந்திருந்த மேசைக்கு வந்து அமர்ந்தான்.

"உங்கள் வீட்டை நான் வாங்கிக் கொள்வதாக இருக்கிறேன்."

"அது விற்பனைக்கில்லை" அவர் சொன்னார்.

"வீட்டிலுள்ள பொருட்கள் அனைத்தையும் சேர்த்தே நான் வாங்கிக் கொள்கிறேன்."

மனைவியை இழந்தவரான சையுஸ் அந்தக்கால மனிதர்களுக்கே உரிய நற்பண்பு தொனிக்க, அந்த வீட்டிலுள்ள பொருட்கள் ஒவ்வொன்றும் வாழ்நாள் முழுக்கத் தியாகங்கள் பல செய்து அவர் மனைவி சேர்த்து வைத்தவையென்றும் அவரளவில் அவை அவளது ஒரு பகுதி என்றும் விளக்கினார். "அவர் பேசிய விதம் நெஞ்சை உருக்குவதாக இருந்தது" என்று அப்போது அவர்களோடு விளையாடிக்கொண்டிருந்த டாக்டர் தியோனிஸியோ ஈகுவாரான் என்னிடம் சொன்னார், "முப்பது வருடங்களுக்கும் மேலாக மகிழ்வுடன் வசித்துவந்த அந்த வீட்டை விற்க வேண்டிவந்தால் அதற்கும் முன் அவர் இறந்து விடுவார் என்று எனக்கு உறுதியாகத் தெரிந்தது." பயார்தோ சான் ரோமானுக்கும் அவர் சொன்னது புரிந்தது.

"நான் ஒப்புக்கொள்கிறேன்" அவன் சொன்னான். "வீட்டை மாத்திரம் எனக்குக் கொடுங்கள்."

ஆனால் விளையாட்டு முடியும்வரையிலும் சையுஸ் விட்டுத் தரவில்லை. மூன்று நாட்களுக்குப் பிறகு சரியான முன்தயாரிப்புகளோடு மறுபடியும் அந்த டாமினோ மேசைக்கு வந்தான் பயார்தோ சான் ரோமான்.

"உங்கள் வீடு என்ன விலை?" என ஆரம்பித்தான்.

"அதற்கு விலையே இல்லை."

"நீங்கள் எதிர்பார்ப்பதைச் சொல்லுங்கள்."

"மன்னிக்க வேண்டும் பயார்தோ" அவர் சொன்னார், "உங்களைப் போன்ற இளைஞர்களுக்கு மனதின் தவிப்புகள் புரியாது."

பயார்தோ சான் ரோமான் நொடியும் தாமதிக்கவில்லை.

"ஐயாயிரம் பெசோக்கள்."

"சுற்றி வளைக்க வேண்டாம்" என்றார் சையுஸ். அவன் சொன்னவிதம் அவரது கோபத்தைத் தூண்டியது. "அந்த வீடு ஒன்றும் அத்தனை மலிவானது அல்ல."

"பத்தாயிரம் பெசோக்கள்" என்றான் பயார்தோ சான் ரோமான், "இந்த இடத்திலேயே கட்டுக்கட்டாக."

அவர் கண்கள் கண்ணீரால் நிறைந்திருக்க அவனை உற்றுப் பார்த்தார். "அவர் கோபத்தில் அழுது கொண்டிருந்தார்" டாக்டர் தியோனிஸியோ ஈகுவாரான் என்னிடம் சொன்னார். மருத்துவராக மட்டுமன்றி இலக்கியப் புலமை வாய்ந்தவராகவும் அவர் இருந்தார். "கொஞ்சம் யோசித்துப் பாருங்கள். கைக்கெட்டும் தூரத்தில் அவ்வளவு பணம், ஆனாலும் மனதின் ஒரு சாதாரண பலகீனம் காரணமாக அதை வேண்டாமென்று சொல்லவேண்டிய நிலை." சையுஸுக்குப் பேச நா எழவில்லை. ஆனாலும் சிறிதும் தயக்கமின்றி வேண்டாமெனத் தலையசைத்தார்.

“அப்படியானால் எனக்காகக் கடைசியாக இந்த ஒரு உதவி மட்டும் செய்யுங்கள்” என்றான் பயார்தோ சான் ரோமான். “ஒரு ஐந்து நிமிடம் காத்திருங்கள்.” சரியாக ஐந்து நிமிடம் கழித்து வெள்ளியால் அலங்கரிக்கப்பட்ட தன் தோல்பையுடன் திரும்பி வந்தான். ஸ்டேட் வங்கியின் அச்சிடப்பட்ட சுற்றுக் காகிதங்கள் இன்னும் நீக்கப்படாத, ஆயிரம் பெசோ நோட்டுக் கட்டுகள் பத்தை மேசைமீது வைத்தான். அதற்கு இரண்டு மாதங்கள் கழித்து சையுஸ் இறந்து போனார். “அவர் அதனால்தான் இறந்தார்” என்று டாக்டர் தியோனிஸியோ ஈகுவாரான் சொன்னார். “அவர் எங்களையெல்லாம் விடவும் நலமுடன் இருந்தார். ஆனால் ஸ்டெதாஸ்கோப் வைத்துப் பார்க்கும்போது அவர் இதயத்துக்குள் கண்ணீர் பொங்குவதைக் கேட்க முடிந்தது.” வீட்டுடன் சேர்த்து வீட்டுக்குள் இருந்த பொருட்களைனைத்தையும் விற்றுவிட்டிருந்தார் சையுஸ். அவ்வளவு பணத்தை வைத்திருக்க அவரிடம் ஒரு பழைய ட்ரங்குப் பெட்டிகூட இருக்கவில்லை. எனவே வீட்டுக்கான தொகையை மொத்தமாகக் கொடுக்காமல் கொஞ்சம் கொஞ்சமாகக் கொடுக்கும்படி அவனிடம் கேட்டுக்கொண்டார்.

ஆங்கெலா விகாரியோ தன் கன்னித்தன்மையை இழந்தவள் என்று யாரும் சொன்னதில்லை. அப்படி யாரும் நினைத்துப் பார்த்ததுகூட இல்லை. இதற்கு முன்பு அவள் யாருக்கும் மணஒப்பந்தம் ஆகியிருக்கவில்லை. அதோடு அவளது மூத்த சகோதரிகள் மற்றும் அம்மா ஆகியோரது இரும்புக் கவசம் போன்ற கண்காணிப்பின்கீழ் அவள் வளர்ந்திருந்தாள். திருமணத்துக்கு இன்னும் இரண்டு மாதங்கள் இருந்தபோதுகூட, தன் மகள் தான் வாழப்போகும் வீட்டைப் பார்க்க அவளை பயார்தோ சான் ரோமானுடன் தனியே அனுப்ப பூரா விகாரியோ சம்மதிக்கவில்லை. ஆங்கெலா விகாரியோவுடன் அவளும் பார்வையிழந்த அவள் கணவனும் கண்காணிப்பாக உடன் செல்லத் தவறவில்லை. “கடவுளிடம் நான் வேண்டிக் கொண்டதெல்லாம் என் உயிரை நானே மாய்த்துக் கொள்ளும் தைரியத்தைத்தான்” ஆங்கெலா விகாரியோ என்னிடம் சொன்னாள், “ஆனால் கடவுள் அந்த தைரியத்தை எனக்கு அளிக்கவில்லை.” அவள் பெரிதும் சஞ்சலமுற்றிருந்தாள். அந்தக் கடும் வேதனையினின்றும் தன்னை விடுவித்துக் கொள்ளும் பொருட்டு தன் தாயிடம் உண்மையைச் சொல்லிவிடுவதென்று முடிவெடுத்தாள். ஆனால், துணிப் பூக்கள் செய்ய உதவிய அவளுடைய நம்பிக்கைக்குரிய தோழிகள் இருவர் இதையறிந்து அவ்வாறு செய்யவேண்டாமென்று அவளுடைய நல்ல எண்ணத்தை மாற்றிவிட்டனர். “அவர்கள் சொன்னதை நான் கண்களை மூடிக்கொண்டு ஏற்றுக்கொண்டேன்” அவள் என்னிடம் சொன்னாள், “ஆண்கள் எப்படிப்பட்டவர்களென்று தங்களுக்கு நன்றாகத் தெரியும் என அவர்கள் சொன்னதை நான் நம்பினேன்.” கிட்டத்தட்ட எல்லாப் பெண்களுமே சிறுவயதில் நடக்கும் அசம்பாவிதங்களில் தங்கள் கன்னித்தன்மையை இழந்து விடுகின்றனர் என்று அவர்கள் உறுதிபடச் சொன்னார்கள். மிகவும் கெடுபிடியான கணவன்மார்கள்கூட விஷயம் அடுத்தவருக்குத் தெரியாதவரைக்கும் எதுவுமே நடவாததுபோல அமைதியாக இருந்து விடுவார்கள் என்றும் அவர்கள் சொன்னார்கள். கடைசியாக, பெரும்பாலான ஆண்கள் முதலிரவின்போது மிகவும் பயந்துபோய்

காணப்படுவார்கள். மனைவியின் உதவியின்றி அவர்களால் எதையும் செய்ய முடியாது, அந்த நேரத்தில் என்ன செய்கிறோம் ஏது செய்கிறோம் என்பதுகூட அவர்களுக்குத் தெரியாது என்றும் சொன்னார்கள். "அவர்கள் நம்புவதெல்லாம் படுக்கை மேல்விரிப்பில் அவர்கள் காண்பதைத்தான்" என்று அவர்கள் சொன்னார்கள். தான் கற்பு கெடாதவள் என்று கணவன் நம்பும்படியாக நடிப்பது எப்படி என அவர்கள் சொல்லித் தந்தார்கள். மறுநாள் காலை, புதுமணப் பெண்ணாக அவள் தன் வீட்டு வாசலில் எல்லாரும் அறிய பெருமையின் கறை படிந்த அந்தப் படுக்கை மேல்விரிப்பை வெயிலில் உலர்த்திக் காட்டலாம் என்றார்கள்.

இந்த மாயையிலேயே அவள் திருமணத்துக்கு ஒப்புக்கொண்டாள். தன் அதிகாரம், பணம் இவற்றைக் கொண்டு சந்தோஷத்தை விலைக்கு வாங்கி விடலாம் என்ற மாயையில் பயார்தோ சான் ரோமான் இருந்தான். திருமணத்தைத் தடபுடலாக்க மேன்மேலும் அவன் மனதில் திட்டங்கள் தோன்ற ஒருவித உன்மத்தத்துடன், இன்னும் பெரிதாக அவற்றைச் செயலாக்க வேண்டுமென்ற உத்வேகமும் தோன்றியது. பிஷப் வருகையைக் கேள்விப்பட்டு, அவர் கையால் திருமணம் செய்து கொள்வதற்காகத் திருமணத்தை ஒருநாள் தள்ளிவைக்க அவன் நினைத்தபோது ஆங்கெலா விகாரியோ அதற்கு சம்மதிக்கவில்லை. "உண்மையைச் சொல்வதென்றால்" அவள் என்னிடம் சொன்னாள், "சூப் வைக்க கொண்டையை மட்டும் வெட்டி எடுத்துக்கொண்டு மீதியுள்ள சேவல் மொத்தத்தையும் குப்பைக் கூடையில் எறிந்துவிடும் ஒரு ஆளிடமிருந்து ஆசீர்வாதம் பெறுவதை நான் விரும்பவில்லை." பிஷப் பங்கேற்காதபோதும் திருமணக் கொண்டாட்டம் பயார்தோ சான் ரோமானின் கட்டுப்பாட்டையும் மீறித் தன் போக்கில் மிகுந்த தடபுடலுடன் ஒரு பொது விழாவாகவே மாறிவிட்டது.

ஜெனரல் பெத்ரோனியோ சான் ரோமானும் அவரது குடும்பத்தினரும் தேசிய காங்கிரஸுக்குச் சொந்தமான அலங்கரிக்கப்பட்ட படகு ஒன்றில் வந்து இறங்கினர். திருமண விழா முடியும் வரை அப்படகு படகுத் துறையிலேயே நிறுத்தி வைக்கப்பட்டிருந்தது. அவர்களுடன் பல முக்கிய பிரமுகர்களும் வந்திருந்தனர். புதுமுகங்களின் கூட்டத்தில் அவர்களும் அடையாளம் தெரியாது போயினர். ஏராளமான பரிசுப் பொருள்கள் குவிந்தன. அவற்றுள் முக்கியமானவற்றைப் பார்வைக்கு வைக்க வசதியாக, பயன்படுத்தி நாளான முதல் மின் உற்பத்தி நிலையத்தை ஒழுங்குபடுத்த வேண்டியிருந்தது. மீதமிருந்த பரிசுப் பொருள்கள், புதுமணத் தம்பதிகளை வரவேற்க ஆயத்தமாக வைக்கப்பட்டிருந்த சையுஸின் பழைய வீட்டுக்குக் கொண்டு செல்லப்பட்டன. உற்பத்தி செய்யப்பட்ட நிறுவனத்தின் முத்திரைக்குக் கீழாக கொதிக் எழுத்துக்களில் அவன் பெயர் பொறிக்கப்பட்ட, மடிக்கப்படக்கூடிய மூடாக்கு கொண்ட கார் ஒன்று மணமகனுக்குப் பரிசளிக்கப்பட்டது. மணமகளுக்குத் தங்க வேலைப்பாடுகள் மிக்க அலங்காரப் பெட்டியொன்றும், சுத்தத் தங்கத்தாலான இருபத்து நான்கு விருந்தினர்கள் அமர்ந்து உண்ணக்கூடிய மேசை அமைப்பும் பரிசாகத் தரப்பட்டன. அவர்கள் ஒரு பாலே நடனக் குழுவையும் இரண்டு நடன வாத்தியக் குழுக்களையும் அமர்த்தியிருந்தனர். திருமண ஆரவாரத்தினால் உந்தப்பட்டு வாசித்துக் கொண்டிருந்த

உள்ளூர் பேண்டு வாத்தியக் குழுக்கள், அக்கார்டியன் வாத்தியக் குழுக்கள் இவற்றோடு சேர்ந்து நடன வாத்தியக் குழுவின் சுருதி பிசகி ஒலித்தது.

விகாரியோ குடும்பத்தினர் செங்கற் சுவரும், ஜனவரி மாதத்தில் ஸ்வாலோ பறவைகள் வந்து இனப்பெருக்கத்தில் ஈடுபடும் இரண்டு பரண்களைக் கொண்ட, பனையோலைக் கூரை அமைந்த ஒரு சாதாரண வீட்டில் வசித்துவந்தனர். வீட்டின் முன்புறம் சமப்படுத்தப்பட்டிருந்த இடம் முழுவதும் பூந்தொட்டிகளால் நிறைந்திருந்தது. அதனையடுத்து இருந்த பரந்தவெளியில் பழமரங்கள் சில இருந்தன. அங்கே கோழிகள் கட்டற்றுத் திரிந்துகொண்டிருக்கும். வாசலின் பின்பகுதியில் இரட்டைச் சகோதரர்கள் பன்றிக் குடிலை அமைத்திருந்தார்கள். அங்கு பன்றிகளை வைத்து வெட்டும் படப்பைக் கல்லும் வெட்டப்பட்டப் பன்றிகளைக் குடல்நீக்கம் செய்யும் மேசையும் இருந்தன. போன்ஸியோ விகாரியோ கண் பார்வையை இழந்த பிறகு குடும்பத்துக்குத் தேவையான வருவாயை இந்தப் பன்றிக் குடில்தான் ஈட்டித் தந்தது. இந்தத் தொழிலை முதலில் ஆரம்பித்தது பெத்ரோ விகாரியோதான். அவன் ராணுவத்தில் சேர்ந்த பிறகு அவனது சகோதரன் இத்தொழிலைக் கற்றுக்கொண்டு சம்பாத்தியத்தைத் தொடர்ந்தான்.

வீட்டின் உட்புறம் புழங்குவதற்குப் போதுமான இடம் இல்லை. இதனால், நடக்கவிருந்த திருமணத்தின் பிரம்மாண்டத்தை உணர்ந்த ஆங்கெலா விகாரியோவின் சகோதரிகள் கூடுதலாக ஒரு வீட்டை வாடகைக்கு எடுக்க முடிவு செய்தனர். "கொஞ்சம் நினைத்துப் பாருங்கள், அவர்கள் ப்ளாஸிதா லினேரோவின் வீட்டை மனதில் வைத்திருக்கிறார்கள். ஆனால் அதிர்ஷ்டவசமாக என் பெற்றோர், திருமணம் நடந்தால் அது இந்தப் பன்றிக் குடிலில்தான் நடக்க வேண்டும் இல்லையென்றால் திருமணமே தேவையில்லை என்று உறுதியாகச் சொல்லிவிட்டனர்" என்று ஆங்கெலா விகாரியோ என்னிடம் சொன்னாள். எனவே அவர்கள் வீட்டுக்கு அதன் ஆதிவண்ணமான மஞ்சள் வண்ணத்தை அடித்தனர். கதவுகள் பொருத்தினர். தரையைப் பழுது பார்த்தனர். அப்படிப்பட்டவொரு ஆடம்பரமான திருமணத்துக்கு எந்த அளவு பொருத்தமாக இருக்க முடியுமோ அந்த அளவுக்கு அந்த வீட்டை அவர்கள் பொலிவாக்கினர். இரட்டைச் சகோதரர்கள் பன்றிகளை வேறு இடத்துக்கு மாற்றிவிட்டுப் பன்றிக் குடிலுக்கு சுண்ணாம்பு அடித்துத் துப்புரவு செய்தனர். இருந்தும் போதுமான அளவு இடம் ஒதுக்க முடியவில்லை. கடைசியாக பயார்தோ சான் ரோமானது உதவியுடன் வாசலைச் சுற்றியிருந்த வேலியை அகற்றினர். நடனத்துக்கெனப் பக்கத்து வீடொன்றை வாடகைக்கு எடுத்தனர். உட்காரவும் உணவருந்தவும் புளியமரங்களினடியில் பலகைகள் கொண்டு தற்காலிக பெஞ்சுகளை அமைத்தனர்.

திருமண நாளன்று காலையில் யாரும் எதிர்பாராதவொரு ஆச்சரியத்தை ஏற்படுத்தினான் மணமகன். குறித்த நேரத்துக்கு இரண்டு மணிநேரம் தாமதமாக அவன் வந்தான். அவனைப் பார்க்கும் வரையில் திருமண உடைகளை அணிய மறுத்தாள் ஆங்கெலா விகாரியோ. "கொஞ்சம் யோசித்துப் பாருங்கள்" அவள் என்னிடம் சொன்னாள், "அவர் வராமலே இருந்திருந்தால் நான் எவ்வளவு சந்தோஷப் பட்டிருப்பேன், ஆனாலும்

நான் திருமண உடையணிந்தபின் அவன் வராமலிருந்திருந்தால் என் சந்தோஷம் நிரந்தரமாகப் பறிபோயிருக்கும்.” அவளது எச்சரிக்கை உணர்வு இயற்கையானதாகவே தோன்றியது. திருமண உடை அணிந்தபின் திருமணம் நடைபெறாமல் போவதென்பது மிகவும் துரதிருஷ்டவசமானதாகக் கருதப்பட்ட காலம் அது. கன்னிப் பெண்ணாக இல்லாமலேயே ஆங்கெலா விகாரியோ துணிவுடன் முகத்திரையை அணிந்ததையும், ஆரஞ்சு மலர்களைச் சூடிக் கொண்டதையும் சுட்டிக்காட்டி தூய்மையின் அடையாளங்களை அவள் அவமதித்து விட்டதாகப் பிறர் சொல்லக் கூடும். கடைசிவரையிலும் ஆட்டத்தில் சாமர்த்தியமாகக் காய் நகர்த்திய அவளது துணிச்சலைப் பாராட்டியது என் அம்மா மட்டுமே. “அந்த நாட்களில், இதுபோன்ற விஷயங்களைக் கடவுளே கூட ஏற்றுக்கொண்டார்” என்று அவள் என்னிடம் சொன்னாள். ஆனால் மற்றொரு புறம் பயார்தோ சான் ரோமான் எப்படிக் காய் நகர்த்திக் கொண்டிருந்தான் என்பதை யாரும் அறியவில்லை. விசேஷமாகத் தயாரிக்கப்பட்ட நீண்ட கோட்டும், உயர்ந்த கறுப்புத் தொப்பியும் அணிந்தபடி அங்கு வந்து தன்னைப் பெரும் வாதைக்குள்ளாக்கிய அவளை அழைத்துக்கொண்டு நடனமாடும் இடத்திலிருந்தும் வேகமாக வெளியேறிய நிமிடம் வரை, ஒரு மணமகனுக்குரிய மகிழ்வும் கம்பீரமும் சற்றும் குலையாதவனாகவே அவன் காணப்பட்டான்.

சந்தியாகோ நாஸார் எப்படிக் காய் நகர்த்திக் கொண்டிருந்தான் என்பதும் யாருக்கும் தெரியவில்லை. தேவாலயத்திலும் திருமணக் கொண்டாட்டங்கள் நடத்த இடங்களிலும், கிறிஸ்தோ பெதோயா மற்றும் என் சகோதரன் லூயிஸ் என்ரிகே இவர்களோடு நானும் அவனுடன்தான் இருந்தேன். அவனது நடத்தையில் சிறு மாற்றத்தையும் நாங்கள் காணவில்லை. பிறகு நான் இதைப் பலமுறை திரும்பத் திரும்பச் சொல்லவேண்டியிருந்தது. நாங்கள் நால்வரும் பள்ளியில் ஒன்றாகவே வளர்ந்தோம். எங்களுக்கிடையே பகிர்ந்து கொள்ளப்படாத ரகசியம் என்று எதுவுமே இல்லையென்பதை எல்லாரும் அறிவர். அதுவும் இதைப்போன்ற ஒரு விஷயம் எங்களுக்குத் தெரியாமல் போக வாய்ப்பே இல்லை.

சந்தியாகோ நாஸார் விருந்துகளையும் கொண்டாட்டங்களையும் விரும்புபவன். அவன் மரணத்துக்கு முந்தின நாளின் பெரும்பகுதி நேரம் அந்தத் திருமண வைபவத்துக்கு எவ்வளவு செலவு பிடித்திருக்கும் எனக் கணக்கிடுவதிலேயே ஈடுபட்டிருந்தான். முதல் தரமான இறுதி ஊர்வலங்கள் பதினான்குக்கு செலவாகக்கூடிய தொகையில் அவர்கள் பூக்களைக் கொண்டு தேவாலயத்தை அலங்கரித்தனர் என அவன் தோராயமாகக் கணக்கிட்டுச் சொன்னான். உண்மையிலேயே அவன் கணக்கு மிகத் துல்லியமாக இருந்தது. பல வருடங்கள் அந்தத் துல்லியம் என்னை அலைக் கழித்தது. கட்டடங்களுக்குள் அடைபட்டுக் கிடக்கும் மலர்களின் வாசம் தனக்கு மரணத்தை நினைவூட்டுவதாக அவன் அடிக்கடி சொல்வான். அன்றும் தேவாலயத்துக்குள் நுழைகையில் அவன் அவ்வாறே குறிப்பிட்டான். “என் இறுதி ஊர்வலத்தில் பூக்கள் இடம் பெறுவதை நான் விரும்பவில்லை” மறுநாளே அந்த விருப்பத்தை நான் நிறைவேற்ற வேண்டியிருக்கும் என்பதை உணராதவனாக அவன் என்னிடம் சொன்னான்.

தேவாலயத்திலிருந்து விகாரியோக்கள் வீட்டை அடைவதற்குள்ளாக, தெருக்களை அலங்கரிக்க வைக்கப்பட்டிருந்த பலவண்ண மலர் வளையங்களுக்கான செலவு, வாத்தியக் குழுக்கள் மற்றும் வாணவேடிக்கைகளுக்கு ஆகும் செலவு, வரவேற்கும் விதமாக எங்கள்மீது மழையென அவர்கள் தூவிய பச்சரிசிக்கு ஆகும் செலவு உட்பட அனைத்தையும் அவன் கணக்கிட்டுக் கொண்டே வந்தான். மந்தமான அம்மதிய வேளையில் புதுமணத் தம்பதிகள் முற்றத்தை வலம் வந்துகொண்டிருந்தனர். பயார்தோ சான் ரோமான் எங்களுக்கு நெருக்கமான நண்பனாகிவிட்டிருந்தான். அந்தக் காலத்தில் சொல்வதுபோல அவன்அளவாகக் குடிக்கும் ஒரு நண்பன். எங்களது மேசையில் அவன் எவ்வித சங்கோஜமும் இன்றி அமர்ந்திருப்பதாகவே தோன்றியது. ஆங்கெலா விகாரியோவை முகத்திரையும் கையில் பூங்கொத்தும் இன்றி வியர்வையில் நனைந்த பட்டு உடையில் பார்க்கையில் திடீரென அவள் திருமணமான பெண்ணுக்குரிய தோற்றத்தை அடைந்துவிட்டிருந்தாள். திருமணத்துக்கு அதுவரை கிட்டத்தட்ட ஒன்பதாயிரம் பெசோக்கள் செலவாகியுள்ளது என்று சந்தியாகோ நாஸார் பயார்தோ சான் ரோமானிடம் சொன்னான். ஆனால் அதை ஆங்கெலா விகாரியோ மரியாதைக் குறைவாகவே கருதினாள் என்பது வெளிப்படையாகத் தெரிந்தது. “அந்நியர்கள் முன்பு பணம் பற்றி பெருமை பேசக் கூடாதென்று அம்மா கண்டிப்பாகச் சொல்லி வளர்த்திருந்தாள்” என்று அவள் என்னிடம் சொன்னாள். “ஆனால், பயார்தோ சான் ரோமானோ அதை சாதாரணமானதாகவும் கௌரவத்துக்குரிய ஒரு செயலாகவும் கருதினார்.”

“கிட்டத்தட்ட இப்போதுதான் ஆரம்பித்திருக்கிறது. எல்லாம் நடந்து முடியும்போது ஏறக்குறைய இதைப்போல இரண்டு மடங்கு செலவாகியிருக்கும்” என்றான் அவன்.

பைசா திருத்தமாக அந்தக் கணக்கு சரிதானா எனப் பார்க்க உறுதிபூண்டான் சந்தியாகோ நாஸார். அதற்குத் தேவையான ஆயுள் மட்டுமே அவனுக்கு இருந்தது. மறுநாள் படகுத்துறையில், அவன் இறப்பதற்கு நாற்பத்தைந்து நிமிடங்களுக்கு முன்பு, கிறிஸ்தோ பெதோயா தந்த இறுதி செலவுத் தொகைகள் மூலம் பயார்தோ சான் ரோமான் சொன்ன முன்மதிப்பீடு மிகச் சரியாக இருந்ததை அறிந்தான்.

அடுத்தவர்களது நினைவிலிருந்தும் துண்டு துண்டாக விவரங்களைக் கேட்டு அந்தத் திருமண விழா பற்றிய முழுமையானதொரு சித்திரத்தைப் பெறுவதற்கு முன்பாக என் நினைவில் இருந்ததெல்லாம் குழப்பமான ஒரு தோற்றம்தான். புதுமணத் தம்பதிகளுக்காகத் தன் பால்ய காலத்து வயலினை எடுத்து என் தந்தை வாசித்ததையும், கன்னிகாஸ்திரீயான என் சகோதரி வாயில்காப்போன் அணிவது போன்ற தன் நீண்ட அங்கியுடன் மெரெங்கே நடனம் ஆடியதையும், என் அம்மாவின் ஒன்றுவிட்ட சகோதரரான டாக்டர் தியோனிஸியோ ஈகுவாரான் மறுநாள் பிஷப் வரும்போது தான் அங்கிருக்கக் கூடாதென்று அதிகாரப்பூர்வ படகில் அன்றே சென்றுவிட முடிவு செய்ததையும் பற்றி என் வீட்டில் பல வருடங்களுக்குக் கதை கதையாகப் பேசிக்கொண்டிருந்தனர். இந்தப் பதிவுக்காக வேண்டி பலரிடமும் பேசியதிலிருந்து அவ்வளவாக முக்கியமில்லாத பல்வேறு

விஷயங்களையும் நான் அறிய நேர்ந்தது. அவற்றுள் பயார்தோ சான் ரோமானது சகோதரிகள் பற்றிய செய்திகளும் இருந்தன. அவர்கள் தங்களது வெல்வெட் உடையின் முதுகுப் புறத்தில் தங்க ஊசிகள் கொண்டு பெரிய பட்டாம்பூச்சி சிறகுகளைப் பொருத்தியிருந்தனர். அவர்களது தந்தை அணிந்திருந்த இறகுத் தொப்பி மற்றும் மார்பில் வரிசையாகக் குத்தியிருந்த போர்ப் பதக்கங்கள் இவற்றைவிட சகோதரிகளது இந்த உடையலங்காரமே அதிகம் கவனத்தைக் கவர்வதாக இருந்திருக்கின்றது. அன்று காணப்பட்ட அந்தக் களேபரத்தில் மெர்ஸெதெஸ் பார்ச்சாவிடம் சென்று அவளது பள்ளிப்படிப்பு முடிந்ததும் அவளைத் திருமணம் செய்துகொள்வதாக நான் சொன்னதையும் பலர் அறிந்திருந்தனர். பதினான்கு வருடங்கள் கழித்து நாங்கள் திருமணம் செய்து கொண்டபோது அவளும் இதை நினைவுபடுத்தி என்னிடம் சொன்னாள். விரும்பத்தகாத அந்த ஞாயிற்றுக்கிழமை சார்ந்து என் மனதில் எப்போதும் ஆழப் பதிந்திருந்தது தன்வீட்டு வாசலின் நடுவே தனியாக ஸ்டூலில் அமர்ந்திருந்த போன்ஸியோ விகாரியோவின் உருவம்தான். அது மரியாதைக்குரிய இடம் என்று கருதி அவர்கள் அவரை அங்கு அமர வைத்திருக்க வேண்டும். வந்த விருந்தினர்கள் அவர்மீது முட்டிமோதியபடி சென்றனர். அவரை யாரோ என நினைத்த அவர்கள் வழியில் தடையாக இருக்காதபடிக்கு நகர்த்தி அமரவைத்தனர். அண்மையில் பார்வையிழந்தவருக்கே உரிய குழப்பத்துடன் பனி போன்று நரைத்த தன் தலையை அவர் அபத்தமாக ஆட்டிக் கொண்டிருந்தார். தன்னை நோக்கிக் கேட்கப்படாத கேள்விகளுக்குப் பதிலளித்தபடியும், யாரும் கை அசைக்காமலேயே யாருக்கோ பதிலுக்குக் கையசைத்தபடியும் தன் மறதியின் எல்லைக்குள் அவர் மகிழ்வுடனே இருந்தார். கஞ்சிபோட்ட சட்டை அட்டை போல விரைத்திருக்க கையில் திருமண விழாவில் வைத்திருக்க அவருக்கென்று பிரத்யேகமாக வாங்கி வந்திருந்த லிக்னம் விடே பிரம்புடன் அவர் அமர்ந்திருந்தார்.

மாலை ஆறு மணியளவில், வந்திருந்த சிறப்பு விருந்தினர்கள் கிளம்ப சம்பிரதாயமாகக் கொண்டாட்டங்கள் ஒரு முடிவுக்கு வந்தன. அனைத்து விளக்குகளும் எரிய, தானியங்கி பியானோவிலிருந்தும் ஒலித்த நடன இசையை நீர்ப்பரப்பின்மீது ஒழுகவிட்டவாறு படகு கிளம்பிச் சென்றது. ஒருகணம் இருள்வெளியில் திக்குத்தெரியாமல் குழம்பியவர்களாக செய்வதறியாது நின்றுகொண்டிருந்த நாங்கள் திரும்பவும் கொண்டாட்டத்தில் மூழ்கினோம். சிறிது நேரத்தில் கூட்ட நெரிசலில் சிக்கி சற்று சிரமத்துடனே திறந்த கார் ஒன்றில் புதுமணத் தம்பதிகள் வந்தனர். பயார்தோ சான் ரோமான் வாணங்களைப் பற்றவைத்து விட்டான். கூட்டத்தினர் கொடுத்த போத்தலில் இருந்து கரும்புச் சாராயம் குடித்தான். ஆங்கெலா விகாரியோவுடன் காரிலிருந்து இறங்கிப் புரியாத வகையில் நடைபெற்றுக்கொண்டிருந்த கும்பியாம்பா நடனத்தில் கலந்துகொள்ளச் சென்றான். கடைசியாக, உங்கள் வாழ்நாள் உள்ளவரை தொடர்ந்து என் செலவில் நடனமாடுங்கள் என்று எங்களிடம் சொன்னவன் பீதியுடன் காணப்பட்ட தன் மனைவியை அழைத்துக்கொண்டு ஒரு காலத்தில் மனைவியை இழந்த சையுஸ் மகிழ்வுடன் வாழ்ந்து வந்திருந்த தன் கனவு இல்லத்துக்குக் கிளம்பினான்.

காப்ரியேல் கார்சியா மார்க்கேஸ்

நள்ளிரவை நெருங்கியபோது விழாக் கொண்டாட்டம் ஓய்ந்து அனைவரும் சிறுசிறு குழுக்களாகப் பிரிந்து கலையத் தொடங்கினர். சதுக்கத்தின் ஒரு பக்கமாக அமைந்திருந்த க்ளோதில்தெ அர்மெந்தாவின் கடை மாத்திரமே அப்போது திறந்திருந்தது. சந்தியாகோ நாஸாரும் நானும், என் சகோதரன் லூயிஸ் என்ரிகே மற்றும் கிறிஸ்தோ பெதோயா இவர்களோடு மரியா அலெஹான்ரீனா செர்வாந்தஸின் அன்பு நிறைந்த இல்லத்துக்குச் சென்றோம். அங்கு வந்து எங்களோடு சேர்ந்துகொண்ட பலரில் விகாரியோ சகோதரர்களும் அடக்கம். அவர்களும் எங்களோடு சேர்ந்து குடித்தனர். அவனைக் கொல்வதற்கு ஐந்து மணி நேரத்துக்கு முன்பாக சந்தியாகோ நாஸாருடன் சேர்ந்து அவர்கள் சந்தோஷமாகப் பாடிக்கொண்டிருந்தனர். திருமணக் கொண்டாட்டத்திலிருந்தும் கிளம்பிச் சென்ற சிலர் சிறு குழுக்களாகப் பிரிந்து தங்கள் கொண்டாட்டத்தைத் தொடர்ந்துகொண்டிருந்திருக்க வேண்டும், ஏனென்றால் தொலைவே எல்லாத் திசைகளிலிருந்தும் இசையும், ஆட்கள் சண்டை போட்டுக்கொள்ளும் சத்தமும் ஓசையெழுப்பியபடி பிஷப்பின் படகு வந்து சேருவதற்குச் சற்று முன்பு வரையிலும்கூட மேலும் மேலும் சோகத்துடன் எங்களை வந்து அடைந்தபடி இருந்தன.

தன்னுடைய மூத்த மகள்களின் உதவியுடன் திருமண விருந்து முடிந்து தாறுமாறாய்க் கிடந்தவற்றை ஓரளவு ஒழுங்குபடுத்திவிட்டுப் பதினோரு மணிக்குத்தான் படுக்கச் சென்றதாகச் சொன்னாள் பூரா விகாரியோ. சதுக்கத்தில் சில குடிகாரர்கள் இன்னும் பாடிக்கொண்டிருக்க, பத்துமணி வாக்கில் தன் படுக்கை அறை அலமாரியில் இருந்த தனது பிரத்யேகப் பொருட்கள் அடங்கிய சிறிய பெட்டியைக் கொண்டு வரச்சொல்லி ஆங்கெலா விகாரியோ ஒரு ஆளை அனுப்பியிருந்தாள். அதோடு அவள் அன்றாடம் உபயோகப்படுத்தும் துணிகளையும் ஒரு பெட்டியில் வைத்து அனுப்பும்படியும் சொல்லியனுப்பியிருந்தாள். ஆனால் செய்தியைக் கொண்டுவந்த நபர் தனக்கிருந்த அவசரத்தில் இதையெல்லாம் மறந்துவிட்டார். கதவு தட்டப்பட்டபோது பூரா விகாரியோ ஆழ்ந்த உறக்கத்தில் இருந்தாள். “மூன்றுமுறை மெதுவாகக் கதவு தட்டும் ஓசை கேட்டது” என்று அவள் என் அம்மாவிடம் சொன்னாள். “ஆனால் அந்தத் தட்டுதலில் ஏதோ ஒரு கெட்ட செய்தியின் விநோதச் சாயல் இருப்பதாகத் தோன்றியது.” யாரும் விழித்துவிடக் கூடாதென்பதற்காக விளக்கைப் போடாமலே கதவைத் திறந்ததாக அவள் சொன்னாள். பட்டுச் சட்டையின் பொத்தான்கள் கழற்றிய நிலையில் தோளிலிருந்து தொங்கிய இழுவைப் பட்டிகளின் உதவியோடு அணிந்திருந்த புதுப்பாணி கால்சராயுடன் பயார்தோ சான் ரோமான் நின்று கொண்டிருப்பதைத் தெருவிளக்கு வெளிச்சத்தில் அவள் கண்டாள். “அவனிடம் கனவின் பச்சை நிறத்தைக் கண்டேன்” என்று பூரா விகாரியோ என் அம்மாவிடம் சொன்னாள். ஆங்கெலா விகாரியோ அவனுக்கும் பின்னால் இருளில் நின்றுகொண்டிருந்தாள். அவன் அவள் புஜத்தைப் பற்றி இழுத்து வெளிச்சத்தில் கொண்டு நிறுத்திய பிறகே அவள் அங்கிருந்ததை பூரா விகாரியோ அறிந்தாள். அவளது பட்டுத்துணி கந்தல் கந்தலாக இருந்தது. இடுப்புவரை அவள் துண்டு ஒன்றினால் போர்த்தப்பட்டிருந்தாள். அவர்களது கார் சாலையிலிருந்து தவறி உருண்டுவிட்டிருக்க மலைகளுக்கு

நடுவே பள்ளத்தாக்கில் அவர்கள் இறந்து கிடப்பதுபோல பூரா விகாரியோவுக்குள் எண்ணம் ஓடியது.

"கடவுளின் புனித அன்னையே" அவள் பீதியுடன் கூறினாள், "நீங்கள் இன்னும் உயிருடன்தான் இருக்கிறீர்களா?"

பயார்தோ சான் ரோமான் வீட்டுக்குள் வரவில்லை. ஒரு வார்த்தையும் பேசாமல் தன் மனைவியை அவன் மெதுவாக வீட்டுக்குள் தள்ளினான். பிறகு பூரா விகாரியோவின் கன்னத்தில் முத்தமிட்டான். ஆழ்ந்த, சோகம் நிரம்பிய ஆனால் கனிவான குரலில், "நீங்கள் செய்த அனைத்துக்கும் நன்றி அம்மா," என்றான் அவன். "நீங்கள் ஒரு புனிதர்."

அடுத்த இரண்டு மணி நேரத்தில் பூரா விகாரியோ என்ன செய்தாள் என்று அவளுக்கு மட்டுமே தெரியும். கல்லறைக்குப் போகும் வரைதான் செய்ததைப் பற்றி அவள் யாரிடமும் மூச்சுவிடவில்லை. "ஒரு கையால் என் தலைமுடியைப் பற்றிக்கொண்டு இன்னொரு கையால் ஆத்திரத்துடன் என்னை அடித்துக்கொண்டிருந்தாள் என்பது மட்டும் நினைவிருக்கிறது. அவள் ஆத்திரம் எந்த அளவுக்கு இருந்ததென்றால் அடித்தே அவள் என்னைக் கொல்லப் போகிறாள் என்று நான் நினைத்தேன்", என்று ஆங்கெலா விகாரியோ என்னிடம் சொன்னாள். அடிப்பதைக்கூட ஒருவருக்கும் தெரியாமல் ரகசியமாகச் செய்தாள் அவள். எவ்வளவு ரகசியமாகச் செய்தாளென்றால் பக்கத்து அறைகளில் தூங்கிக்கொண்டிருந்த அவள் கணவன் மற்றும் மூத்த மகள்கள் காலையில் பிரச்சனை பூதாகரமாக வளர்ந்துவிட்டிருந்த பிறகே அதுபற்றி அறிய முடிந்தது.

அவர்களுடைய அம்மா அவசரமாகக் கூப்பிட்டு அனுப்பியதற்கு இணங்க இரட்டைச் சகோதரர்கள் இருவரும் மூன்று மணிக்குச் சற்று முன்பாக வீட்டுக்கு வந்தனர். சாப்பாட்டு அறையின் சோபாவில் முகத்தில் காயங்களுடன் ஆங்கெலா விகாரியோ தலைகுப்புறப் படுத்திருந்ததைப் பார்த்தனர். "அப்போது எனக்குள் இருந்த பயம் போய்விட்டிருந்தது. நினைத்ததற்கு மாறாக என்னுள் இருந்த மரணபயம் அகன்று இந்தக் களேபரமெல்லாம் சீக்கிரமாக முடிந்து, எப்போது போய்த் தொப்பென்று படுத்துத் தூங்கலாம் என்று எண்ணம் ஓடியது." இருவரில் அதிகம் முரட்டுத்தனம் கொண்டவனான பெத்ரோ விகாரியோ அவள் இடுப்பைப் பற்றி அப்படியே தூக்கி சாப்பாட்டு மேசைமீது உட்கார வைத்தான்.

"எல்லாம் சரிதான் பெண்ணே" ஆத்திரத்தில் நடுங்கியவனாக அவன் அவளிடம் கேட்டான். "அவன் யாரென்று சொல்."

அவள் நீண்ட நேரம் எடுத்துக்கொள்ளவில்லை. அந்தப் பெயர் தென்படுகிறதா என நிழல்களின் ஊடாகப் பார்த்தாள். முதல் பார்வையிலேயே பல்வேறு பெயர்களுடன் அந்தப் பெயரும் இருந்தது. இவ்வுலகைச் சேர்ந்தவையும் மேல் உலகைச் சேர்ந்தவையுமான குழப்பம் ஏற்படுத்தக்கூடிய பல பெயர்கள். சுய விருப்பத் தேர்வு இல்லாததும் எப்போதும் தண்டனை அறிவிக்கப்பட்டதுமான ஒரு பட்டாம்பூச்சியை அறைவதுபோல துல்லியமாகக் குறிபார்க்கப்பட்ட அம்பைக்கொண்டு அந்தப் பெயரை அவள் சுவரோடு அறைந்தாள்.

"சந்தியாகோ நாஸார்" என்றாள் அவள்.

# 3

தனது வாதத்தில் அது ஒரு அப்பட்டமான கொலை என வாதிட்டார் வழக்கறிஞர். நீதிமன்றத் தீர்ப்பிலும் இந்தக் கருத்தே பிரதிபலித்தது. வழக்கு விசாரணையின் முடிவில் இரட்டைச் சகோதரர்களும் அதே காரணத்துக்காக எனும்போது திரும்பவும் ஓராயிரம் தடவை என்றாலும் அந்தக் கொலையைச் செய்யத் தயார் என்றே தெரிவித்தனர். சம்பவம் நடந்து மூன்று நிமிடங்களுக்குள் தேவாலயத்துக்கு வந்து சரணடைந்துவிட்ட அவர்களே வழக்கின் போக்கைத் தீர்மானிக்கும் சக்திகளாக இருந்தனர். ஆத்திரமுற்ற சில அராபியர்கள் துரத்திவர மூச்சுவாங்கியபடியே அவர்களிருவரும் பாதிரியாரின் இல்லத்தில் நுழைந்து கறை சிறிதும் படாத தங்கள் கத்திகளைப் பாதிரியார் அமாதோரின் மேசைமீது வைத்தனர். கொல்லுதல் எனும் கடினமும் கொடூரமுமான செயலைச் செய்ததில் அவர்கள் மிகவும் சோர்வடைந்து காணப்பட்டனர். அவர்களது ஆடையும் கைகளும் தொப்பலாக நனைந்திருந்தன. அவர்கள் முகங்களில் வியர்வையுடன் உயிர்த்துடிப்புக் குறையாத புத்தம்புது ரத்தமும் கலந்திருந்தது. எப்படியிருப்பினும் அவர்கள் சரணடைந்தது ஒரு மிகக் கௌரவமான செயல் என்றே பாதிரியார் குறிப்பிட்டார்.

"எல்லோரும் பார்க்க அவனை நாங்கள் கொன்றோம்" என்றான் பெத்ரோ விகாரியோ, "ஆனால் நாங்கள் குற்றமற்றவர்கள்."

"கடவுள் முன்னிலையில் ஒருவேளை நீங்கள் குற்றமற்றவர்களாக இருக்கலாம்" என்றார் அமாதோர் பாதிரியார்.

"கடவுள் முன்னிலையிலும் சரி மனிதர் முன்னிலையிலும் சரி நாங்கள் குற்றமற்றவர்கள்தான்" என்றான் பாப்லோ விகாரியோ. "அது எங்கள் கௌரவம் சம்பந்தப்பட்ட விஷயமாக இருந்தது."

அதுமட்டுமல்லாமல் கொலையை ருசுப்படுத்தவேண்டி நடந்த விஷயங்களை மறுபடி ஒருமுறை செய்துகாட்டச் சொன்னபோது கொலை நடந்தபோது கொண்டிருந்த வெறியைக் காட்டிலும் அதிக வெறியுடன் அவர்கள் அதைச் செய்து காட்டினர். அவர்களது வெறி எந்த அளவுக்கு இருந்ததென்றால் கத்திக் குத்துக்களால் உருக்குலைந்த ப்ளாஸிதா லினேரோ வீட்டு முன்வாசல் கதவைப் பொதுப் பணத்தைக் கொண்டு சீர்செய்ய வேண்டியதாயிற்று. பிணையில் வர வசதியில்லாத காரணத்தால் விசாரணைக் கைதிகளாக ரியோஹாச்சா மையக் கண்காணிப்பு வட்டச் சிறையில் மூன்று ஆண்டுகளை அவர்கள் கழித்த காலத்தில் அங்கிருந்த கைதிகள், அவர்கள் நல்ல குணமுடையவர்களாகவும் பலருடனும் கலந்து பழகும் தன்மை கொண்டவர்களாகவும் இருந்தபோதிலும் ஒருபோதும் தாங்கள் செய்த செயலை நினைத்து அவர்கள் வருந்தியது இல்லை என்பதை நினைவுகூர்ந்தனர். மிகுந்த அவசரத்துடனும் பொதுமக்கள் கண்ணில் படாமலும் சந்தியாகோ நாஸாரைக் கொன்றதில் விகாரியோ சகோதரர்கள் எதையுமே ஒழுங்காகச் செய்யவில்லை. பலரும் பார்க்கக் கொலை செய்திருந்தனர். அந்தக் கொலையை யாராவது தடுத்து நிறுத்தத் தூண்டுமளவுக்கு அவர்கள் அநேக விஷயங்களைச் செய்திருந்தனர். அவர்கள் இருவரும் சந்தியாகோ நாஸாரை மரியா அலெஹான்ரீனா செர்வாந்தஸின் வீட்டில் தேடியதாகப் பல வருடங்களுக்குப் பின் என்னிடம் சொன்னார்கள். அதற்கு முன் இரண்டு மணிவரை அவர்கள் அவனோடுதான் அங்கு இருந்தார்கள். பல விவரங்களைப் போலவே இந்த விவரமும் அறிக்கையில் இடம்பெறாமல் போயிருந்தது. உண்மையில் அவர்களிருவரும் சந்தியாகோ நாஸாரைத் தேடி வந்தபோது அவன் அங்கிருக்கவில்லை. நாங்கள் செரனேட் எனப்படும் இரவு நேர கேளிக்கைப் பாடல்கள் பாடக் கிளம்பிவிட்டிருந்தோம். தேடிவந்தவர்கள் அங்கேயே இருந்தார்களா இல்லை கிளம்பிச் சென்றுவிட்டார்களா என்பது சந்தேகமாகவே இருந்தது. “அவர்கள் இங்கிருந்து சென்றிருக்கவே முடியாது” மரியா அலெஹான்ரீனா செர்வாந்தஸ் என்னிடம் சொன்னாள். அவளைப்பற்றி நான் நன்றாக அறிவேன். அவள் சொன்னதில் எனக்கு எந்த ஐயமும் இல்லை. அதேநேரம் அவர்கள் இருவரும் க்ளோதில்தெ அர்மெந்தாவின் கடையருகே அவனுக்காகக் காத்திருந்தார்கள். சந்தியாகோ நாஸார் தவிர்த்து ஏனைய அனைவரும் அங்கு வந்து போவார்கள் எனக் கிட்டத்தட்ட அவர்கள் உறுதியாக நம்பினர். “அப்போது க்ளோதில்தெ அர்மெந்தாவின் கடை மட்டுமே திறந்திருந்தது” என்று விசாரணை அதிகாரியிடம் அவர்கள் தெரிவித்தனர். “விரைவிலோ காலம் தாழ்த்தியோ, எப்படியும் அவன் வந்தாக வேண்டுமென்கிற எண்ணத்தோடு காத்திருந்தோம்” என்று குற்றமற்றவர்கள் எனக்கூறி விடுவிக்கப்பட்டபின் அவர்கள் என்னிடம் சொன்னார்கள். ப்ளாஸிதா லினேரோ வீட்டு முன்கதவு பகல்பொழுது உட்பட எப்போதுமே உட்புறமாகத் தாழிடப்பட்டு இருக்கும் என்பதும் எப்போதும் தன்னுடன் பின் கதவின் சாவியை சந்தியாகோ நாஸார் எடுத்துச் செல்வான் என்பதும் அனைவரும் அறிந்தது. விகாரியோ சகோதரர்கள் ஒருமணி நேரத்துக்கும் மேலாக முன்கதவருகே காத்திருக்க பின்கதவு வழியாகவே அவன் வீட்டுக்குள்

வந்தான். அவன் மட்டும் சதுக்கத்தைப் பார்த்தபடி அமைந்த அந்தக் கதவு வழியாகவே பிஷப்பை வரவேற்கச் சென்றிருந்தால்? யாராலும் கற்பனை செய்துபார்க்க முடியாத இந்த விஷயத்தை விசாரணை அதிகாரியால் ஒருபோதும் விளங்கிக்கொள்ள முடியவில்லை.

இதுபோல அதிகமும் முன்கூட்டியே அறியப்பட்ட மரணம் வேறெதுவுமில்லை. அவர்களது சகோதரி அந்தப் பெயரைச் சொன்னதுமே விகாரியோ சகோதரர்கள் சென்று பன்றிக் குடிலில் பன்றியை அறுக்கும் ஆயுதங்கள் வைத்திருந்த கூடையிலிருந்து இருந்ததிலேயே நல்லதாக இரண்டு கத்திகளை எடுத்தனர். ஒரு கத்தி பன்றியைக் கூறுபோட உதவுவது; பத்து அங்குல நீளமும் இரண்டு அங்குல அகலமும் உடையது. மற்றது கறியைத் துண்டுபோட உதவுவது; ஏழு அங்குல நீளமும் ஒன்றரை அங்குல அகலமும் கொண்டது. கூர்தீட்ட வேண்டி கரித்துணியில் சுற்றி அவற்றை எடுத்துக்கொண்டு அப்போதுதான் சில கடைகள் திறக்க ஆரம்பித்திருந்த இறைச்சிச் சந்தைக்குச் சென்றனர். அந்த அதிகாலை வேளையில் அங்கே அதிக வாடிக்கையாளர்கள் இல்லை. ஆனால், அவர்கள் கூறிய அனைத்தையும் தாங்கள் கேட்டதாக இருபத்தியிரண்டு பேர் சொன்னார்கள். அவர்கள் அப்படிக் கூறியதன் காரணம் யாராவது அதைக் கேட்க வேண்டும் என்ற எதிர்பார்ப்புத்தான் என்பது கேட்ட அனைவரது ஒருமித்த கருத்தாக இருந்தது. அவர்களது நண்பனும் இறைச்சிக் கடைக்காரனுமான ஃபாவூஸ்தினோ சாந்தோஸ் சரியாக மூன்று இருபது மணிக்கு குடல் உள்ளிட்ட விலங்குகளின் உள்ளுறுப்புக்களை வைக்கும் மேசையை எடுத்துப்போட்டுக்கொண்டிருந்தபோது அவர்கள் அங்கு வருவதைப் பார்த்தான். போயும் போயும் திங்கட்கிழமை, அதுவும் இவ்வளவு அதிகாலையில் திருமணத்துக்கென அணிந்திருந்த ஆழ்ந்த வண்ணமுள்ள தங்கள் சூட்டுகளைக்கூட கழற்றாமல் அவர்கள் வருவதை அவனால் புரிந்துகொள்ள முடியவில்லை. வழக்கமாக அவர்கள் வெள்ளிக்கிழமைகளில் அதுவும் சற்றுநேரம் தாழ்ந்தே இறைச்சி அறுக்கவென ஆடையின் மேலாக முன்புறம் மறைப்புத்துணி கட்டியபடி வருவதை அவன் கண்டிருக்கிறான். “அவர்கள் அதிகம் குடித்திருக்க வேண்டுமென நினைத்தேன்” என்று ஃபாவூஸ்தினோ சாந்தோஸ் என்னிடம் சொன்னான், “போதை தலைக்கேறியதில் அது என்ன நேரம், அன்று என்ன கிழமை என்பதைக்கூட அவர்கள் மறந்துபோயிருக்க வேண்டும்.” அவன் அவர்களிடம் அன்று திங்கட்கிழமை என்பதை நினைவூட்டினான்.

“தெரியும், முட்டாளே” என்று பாப்லோ விகாரியோ சிரித்தவாறே சொன்னான். “நாங்கள் கத்திகளைத் தீட்ட வந்துள்ளோம்.”

வழக்கமாக அவர்கள் தீட்டுவது போலவே அன்றும் அவர்கள் கத்திகளைச் சாணைக்கல்லில் தீட்டினர். பெத்ரோ கத்திகளைக் கையில் பிடித்து சாணைக்கல்மீது இப்படியும் அப்படியும் தீட்ட பாப்லோ கைப்பிடியைப் பற்றி சாணைக்கல்லைச் சுழற்றிக் கொண்டிருந்தான். அப்போது அவர்கள் திருமண தடபுடல் பற்றி இறைச்சிக் கடைக்காரர்களிடம் பேசிக்கொண்டிருந்தனர். அவர்களுடைய நண்பர்களாக இருந்தும் தங்களுக்குத் திருமண கேக் கிடைக்கவில்லையென சில கடைக்காரர்கள்

குறைசொல்ல, பிறகு கொடுத்தனுப்புவதாக அவர்கள் வாக்களித்தனர். கடைசியாகக் கத்திகளை சாணைக்கல் மீது இசை நயத்துடன் தேயவிட்டனர். பாப்லே தன் கத்தியை விளக்குக்குப் பக்கத்தில் வைத்தபோது அந்த எஃகுத் தகடு மின்னியது.

"நாங்கள் சந்தியாகோ நாஸாரைக் கொல்லப்போகிறோம்" என்றான், பாப்லோ.

அவர்கள் நல்ல குணம் படைத்தவர்களென்பதை எல்லாரும் அறிந்திருந்ததனால் அவர்கள் சொன்னதை யாரும் சட்டை செய்யவில்லை. "அது குடிகாரர்களது உளறல் என நினைத்தோம்." பின்பு அவர்களைக் காண நேர்ந்த விக்டோரியா குஸ்மன் மற்றும் பலரும் எண்ணியவாறே அங்கிருந்த இறைச்சிக் கடைக்காரர்களும் நினைத்தனர். விலங்குகளைக் கொல்வதைத் தொழிலாகக் கொண்டிருக்கும் ஒருவர் மனதில் ஒரு மனிதனைக் கொல்லும் எண்ணம் இருக்குமா எனப் பின்பு ஒருமுறை அந்த இறைச்சிக் கடைக்காரர்களிடம் கேட்டேன். அவர்கள் அதை மறுத்தனர். "ஒரு எருமைக் கன்றைக் கொல்லும்போது அதன் கண்களைப் பார்க்கத் துணியமாட்டோம்."

ஒருபோதும் தான் கொன்ற விலங்கின் இறைச்சியைத் தன்னால் சாப்பிடவே முடிந்ததில்லை என்றான் ஒருவன். தான் கொல்லப்போகும் பசுவைத் தனக்கு முன்கூட்டியே தெரியும் பட்சத்திலோ குறைந்தபட்சம் அதன் பாலைக் குடித்திருக்கும் பட்சத்திலோ அதைத் தன்னால் கொல்ல முடியாது என்றான் மற்றொருவன். விகாரியோ சகோதரர்கள் இறைச்சிக்காகக் கொன்ற பன்றிகள் அனைத்தும் அவர்களால் வளர்க்கப்பட்டவை. அவற்றை அவர்கள் நன்கு அறிந்து வைத்திருந்ததோடு மட்டுமன்றி அவற்றுக்கு தனித்தனியே பெயர் வைத்தும் அழைத்திருக்கிறார்கள் என்பதைச் சுட்டிக் காட்டினேன். "உண்மைதான்" என்று அவர்களில் ஒருவன் சொன்னான். "ஆனால் அவர்கள் அந்தப் பன்றிகளுக்கு மனிதர்களது பெயர்களை வைக்கவில்லை; பூக்களின் பெயர்களைத்தான் வைத்தார்கள் என்பதையும் நீங்கள் அறிய வேண்டும்." சந்தியாகோ நாஸாரைக் கொல்லப் போவதாக பாப்லோ விகாரியோ சொன்னதில் எங்கோ கொஞ்சம் உண்மை ஒட்டியிருப்பதை உணர்ந்தவன் ஃபாவூஸ்தினோ சாந்தோஸ் மட்டும்தான். கொல்லப்படத் தகுதிபெற்றவர்களாக வேறுபல பணக்காரர்கள் இருக்க சந்தியாகோ நாஸாரை ஏன் தேர்ந்தெடுக்க வேண்டும் என விளையாட்டாக அவர்களைக் கேட்டான்.

"ஏனென்று சந்தியாகோ நாஸாருக்குத் தெரியும்" என்று பெத்ரோ விகாரியோ சொன்னான்.

அப்போதும் தனக்குச் சந்தேகம் தீரவில்லையென்றும் அதனால் மேயரது காலை உணவுக்காக ஒரு பவுண்ட் ஈரல் வாங்க அவர் வீட்டிலிருந்து வந்த போலீஸ்காரனிடம் அதுபற்றிச் சொன்னதாகவும் என்னிடம் சொன்னான் ஃபாவூஸ்தினோ சாந்தோஸ். அறிக்கையில் குறிப்பிட்டிருந்தபடி அந்த போலீஸ்காரன் பெயர் லியாந்ரோ போர்னாய். மறுவருடமே தேசியவிடுமுறை நாட்களின்போது காளையொன்றினால்

கழுத்து நரம்பில் குத்துப்பட்டு இறந்து போனான். அதனால் அவனிடம் பேச எனக்கு வாய்ப்பில்லாமலே போய்விட்டது. தன் கடையில் விகாரியோ இரட்டையர்கள் வந்து அமர்ந்து காத்துக்கொண்டிருப்பதைப் பார்த்த தன் முதல் வாடிக்கையாளன் அந்த போலீஸ்காரன்தான் என என்னிடம் உறுதியாகச் சொன்னாள் க்ளோதில்தெ அர்மெந்தா.

அப்போதுதான் தன் கணவனை அனுப்பிவிட்டு அவனுக்குப் பதில் கடையில் அமர்ந்திருந்தாள் க்ளோதில்தெ அர்மெந்தா. அது அவர்கள் வழக்கமாகக் கடைபிடிக்கும் முறை. கடையில் காலையில் பால் விற்பனை. பகல் பொழுது முழுக்க பலசரக்கு வியாபாரம். மாலை ஆறு மணிக்கு மேல் கடை மதுவிடுதியாகச் செயல்படும். க்ளோதில்தெ அர்மெந்தா காலை மூன்றரை மணிக்குக் கடையைத் திறப்பாள். மிகவும் நல்ல குணம் படைத்தவரான அவள் கணவர் தோன் ரோஹேலியோ தெ லா ஃப்ளோர் மாலை தொடங்கி மூடுவதுவரை மதுவிடுதியைப் பார்த்துக்கொள்வார். ஆனால் திருமணக் கொண்டாட்டம் காரணமாக அன்று இரவு வாடிக்கையாளர்கள் நீண்ட நேரத்துக்கு அவ்வப்போது மதுவருந்த வந்தபடியிருந்தனர். அதனால் கடையை மூடாமல் மூன்று மணி தாண்டிய பிறகே அவர் படுக்கச் சென்றார். வழக்கமாகக் கடைக்கு வருவதைவிட க்ளோதில்தெ அர்மெந்தாவும் சற்று முன்னதாகவே வந்துவிட்டிருந்தாள். ஏனென்றால், பிஷப் வருவதற்கு முன்பாக அவள் பால் விற்பனையை முடித்துக்கொள்ள எண்ணியிருந்தாள்.

விகாரியோ சகோதரர்கள் நான்கு பத்துக்கு வந்தார்கள். அந்த நேரத்தில் உணவுப் பதார்த்தங்களை மட்டும்தான் விற்பது வழக்கம். ஆனால் க்ளோதில்தெ அர்மெந்தா அவர்களுக்கு ஒரு போத்தல் கரும்புச் சாராயம் விற்றாள். ஏனென்றால் அவர்களைப் பற்றி அவளுக்கு நல்ல அபிப்ராயம் இருந்தது. அதுமட்டுமின்றி அவளுக்கு அவர்கள் திருமண கேக் அனுப்பி வைத்திருந்ததற்கு நன்றி தெரிவிக்கும் விதமாக நடந்துகொள்ளவும் விரும்பினாள். போத்தலில் இருந்ததை ஆளுக்குப் பாதி ஒரே மடக்கில் காலி செய்தனர். இருந்தும் அவர்கள் நிதானமாகவே இருந்தனர். "அவர்களுக்கே அது ஆச்சரியமாக இருந்தது" என்று க்ளோதில்தெ அர்மெந்தா என்னிடம் சொன்னாள். "விளக்கெரிக்க உதவும் எண்ணையைக் குடித்திருந்தால்கூட அவர்களது ரத்த அழுத்தம் ஏறியிருக்காது." பிறகு அவர்கள் தங்கள் கோட்டுகளைக் கழற்றிக் கவனமாக நாற்காலிகளின் முதுகுப்பக்கம் தொங்க விட்டனர். இன்னும் ஒரு போத்தல் கரும்புச் சாராயம் கேட்டனர். வியர்வை காய்ந்து அவர்களது சட்டை அழுக்கடைந்திருந்தது. முகத்தில் தெரிந்த ஒருநாள் தாடி அவர்களுக்குக் காட்டுவாசிகளது தோற்றத்தைத் தந்திருந்தது. இம்முறை அவர்கள் கீழே அமர்ந்து எதிரே நடைபாதையின் மேலாக அமைந்திருந்த ப்ளாஸிதா லினேரோவின் வீட்டை உற்றுப் பார்த்தபடி மெதுவாகவே குடித்தனர். அவ்வீட்டின் ஜன்னல்கள் இருண்டுகிடந்தன. மாடி முகப்பில் தெரிந்த ஜன்னல் சந்தியாகோ நாஸாரின் படுக்கையறை ஜன்னல். அந்த ஜன்னலில் ஏதேனும் வெளிச்சத்தைப் பார்த்தீர்களா என க்ளோதில்தெ அர்மெந்தாவைக் கேட்டான் பெத்ரோ விகாரியோ. அவள் இல்லையென்றாள். அந்தக் கேள்வி அவளுக்கு விசித்திரமானதாகப் பட்டது.

“அவனுக்கு ஏதாவது ஆகி விட்டதா?” என்று அவள் கேட்டாள்.

“இல்லை” பெத்ரோ விகாரியோ சொன்னான். “அவனைக் கொல்வதற்காகப் பார்த்துக்கொண்டிருக்கிறோம், அவ்வளவுதான்.”

அது இயல்பான தொனியில் அமைந்த ஒரு பதிலாக இருந்ததனால் தன் காதில் அது சரியாக விழுந்ததா என அவளுக்கு ஐயமேற்பட்டது. ஆனால், விலங்குகளைக் கொல்ல உதவும் இரண்டு கத்திகளை கரித்துணியில் சுற்றி அவர்கள் வைத்திருந்ததைப் பார்த்தாள்.

“இத்தனைக் காலையில் நீங்கள் அவனைக் கொல்லப் போவது எதற்காகவென்று அவனுக்குத் தெரியுமா?”

“தெரியும்” என்று பெத்ரோ விகாரியோ சொன்னான்.

அவர்களை ஆராயும் விதமாகப் பார்த்தாள் க்ளோதில்தெ அர்மெந்தா. அந்த இரட்டையரில் ஒவ்வொருவரையும் தனித்தனியாக அடையாளம் காணும் அளவுக்கு அவர்களை அவள் நன்றாக அறிந்திருந்தாள். அதுவும் பெத்ரோ விகாரியோ ராணுவத்திலிருந்து திரும்பிய பிறகு அவளால் அவர்களை நன்றாகப் பிரித்தறிய முடிந்தது. “அவர்களிருவரும் இரண்டு குழந்தைகளைப்போல் தோன்றினார்கள்” என்று அவள் என்னிடம் சொன்னாள். அது அவளைக் கலவரப்படுத்தியது, ஏனென்றால் குழந்தைகளுக்குத்தான் எதையும் செய்யக்கூடிய துணிவு இருக்கும் என்று அவளுக்கு எப்போதுமே தோன்றும். கூஜா நிறைய பாலை நிரப்பிவிட்டுத் தன் கணவனை எழுப்பி நடந்தவற்றைச் சொல்ல விரைந்தாள். தோன் ரோஹேலியோ தெ லா ஃப்ளோர் அரைத்தூக்கத்திலிருந்தபடியே அவள் சொல்வதைக் கேட்டார். “அசட்டுத்தனமாகப் பேசாதே” என்றார் அவர். “அவர்களிருவரும் யாரையும் கொல்ல மாட்டார்கள். அதுவும் ஒரு பணக்காரனை அவர்கள் நிச்சயம் கொல்ல மாட்டார்கள்.”

க்ளோதில்தெ அர்மெந்தா கடைக்குத் திரும்பியபோது இரட்டையர்கள் இருவரும் மேயர் வீட்டுக்குப் பால் வாங்க வந்திருந்த போலீஸ்காரன் லியாந்ரோ போர்னாயுடன் பேசிக்கொண்டிருந்தனர். அவர்கள் பேசிக்கொண்டிருந்தது எதுவும் அவள் காதில் விழவில்லை. ஆனால் அவர்கள் தங்களது கொலைத்திட்டம் பற்றி அவனிடம் சொல்லியிருக்க வேண்டுமென்று தோன்றியது. ஏனென்றால் போகும்போது அந்த போலீஸ்காரன் அவர்களது கத்திகளை ஒருமாதிரியாகப் பார்த்துவிட்டுப் போனான்.

கர்னல் லாஸரோ அபோந்தே நான்கு மணிக்குச் சற்று முன்புதான் எழுந்திருந்தார். விகாரியோ சகோதரர்கள் சந்தியாகோ நாஸாரைக் கொல்லப்போவது பற்றி போலீஸ்காரன் லியாந்ரோ போர்னாய் சொன்னபோது அவர் முகச்சவரம் செய்து முடித்திருந்தார். முந்தின இரவுதான் நண்பர்கள் பலருக்கிடையேயான சண்டைகளைச் சுமூகமாகத் தீர்த்து வைத்திருந்தார். அடுத்ததை எதிர்கொள்ள அவர் அவசரம் காட்டவில்லை. அமைதியாக உடை உடுத்திக்கொண்டார். மிகச் சரியாக அமையும்வரை தன் கழுத்துத் துணிப்பட்டையை பலமுறை மாற்றி மாற்றிக்

கட்டினார். பிஷப்பை வரவேற்கவேண்டி மரியாளின் சேனைக்குரிய துணியைக் கழுத்தைச் சுற்றி அணிந்துகொண்டார். நிறைய வெங்காயம் சேர்த்த ஈரல் கறியை அவர் சாப்பிட்டுக்கொண்டிருந்தபோது பயார்தோ சான் ரோமான் ஆங்கெலா விகாரியோவை அவளது பிறந்தவீட்டுக்கு கொண்டுவந்து விட்டுவிட்டதை பரபரப்புடன் சொன்னாள் அவர் மனைவி. ஆனால் அது குறித்து அவர் வியப்பு ஏதும் கொள்ளவில்லை.

"அடக் கடவுளே" என்று அவர் நையாண்டி செய்தார். "இதுபற்றி பிஷப் என்ன நினைப்பாரோ."

இருப்பினும் காலை ஆகாரத்தை முடிக்கும் முன்பாக, வீட்டுப் பணிகளைச் செய்யும் போலீஸ்காரன் சொன்ன விஷயம் அவர் நினைவுக்கு வந்தது. அதனுடன் அவர் மனைவி சொன்ன விஷயத்தையும் சேர்த்தப் பார்த்தார். இரண்டையும் சேர்த்துப் பார்க்கையில் புதிர் விளையாட்டில் ஒன்றுடன் ஒன்று ஒத்துப்போகும் இரண்டு துண்டுகளைப்போல அவையிரண்டும் கச்சிதமாக இணைந்ததைக் கண்டார். பிஷப் வருகையை ஒட்டி களைகட்ட ஆரம்பித்திருந்த வீடுகளைத்தாண்டி, புதிய படகுத்துறைக்குச் செல்லும் தெருவழியாகப் போய் சதுக்கத்தை அடைந்தார். "நன்றாக நினைவிருக்கிறது. அப்போது மணி ஐந்து இருக்கும், திடீரென மழைபெய்ய ஆரம்பித்தது," என்று கர்னல் லாஸரோ அபோந்தே என்னிடம் சொன்னார். மூன்றுபேர் வழியில் அவரைத் தடுத்து நிறுத்தி விகாரியோ சகோதரர்கள் சந்தியாகோ நாஸாரைக் கொலைசெய்யக் காத்திருப்பதை ரகசியமாக அவரிடம் தெரிவித்தார்கள். அவர்களில் ஒருவர் மட்டுமே சம்பவம் நடக்கப்போகும் இடத்தையும் சொன்னார்.

அவர்களை அவர் க்ளோதில்தெ அர்மெந்தாவின் கடையில் பார்த்தார். "ஏதோ இரண்டு அலட்டல் பேர்வழிகளைப் போலத்தான் அவர்கள் தோன்றினார்கள்" என்று தன் பார்வைக்குப் பட்டவகையில் அவர் சொன்னார். "ஏனென்றால் நான் நினைத்திருந்த அளவுக்கு அவர்கள் குடித்திருக்கவில்லை." அவர்கள் என்ன செய்யவிருக்கிறார்கள் என்பதைப் பற்றி அவர்களிடம் அவர் விசாரிக்கவுமில்லை. அவர்களிடமிருந்த கத்திகளை வாங்கிக்கொண்டு போய்த் தூங்குமாறு அவர்களிடம் சொன்னார். தன் மனைவி பயார்தோ சான் ரோமான் பற்றி சொன்ன விஷயத்தை எப்படிச் சாதாரணமாக எடுத்துக் கொண்டாரோ அதுபோலவே இந்த விஷயத்தையும் எடுத்துக்கொண்டார்.

"கொஞ்சம் யோசித்துப் பாருங்கள்" என்று அவர் அவர்களிடம் சொன்னார். "இந்தக் கோலத்தில் உங்களைப் பார்த்தால் பிஷப் என்ன சொல்வாரென்று கொஞ்சம் யோசித்துப் பாருங்கள்."

அவர்கள் அங்கிருந்து சென்றனர். மேயரின் இந்த மெத்தனப் போக்கு க்ளோதில்தெ அர்மெந்தாவுக்கு ஏமாற்றம் தருவதாக இருந்தது. உண்மையைச் சொல்லும் வரை விசாரணை செய்ய அவர்களை அவர் கைது செய்திருக்க வேண்டுமென்று எண்ணினாள். எதற்கும் பயப்படத் தேவையில்லை. என்பது போல கர்னல் அபோந்தே அவளிடம் கத்திகளைக் காட்டினார்.

“இப்போது கொல்வதற்கான ஆயுதம் எதுவும் அவர்களிடம் இல்லை” என்றார் அவர். “அதுமட்டுமில்லை” க்ளோதில்தெ அர்மெந்தா சொன்னாள், “அவர்கள் மீது சுமத்தப்பட்டிருக்கும் அபாயகரமான ஒரு கடமையிலிருந்து அவர்களை விடுவித்தாக வேண்டும்.”

அவள் அதைப் புரிந்து கொண்டுவிட்டாள். தாங்கள் மேற்கொண்ட காரியத்தை செய்து முடிக்கவேண்டுமென்ற உத்வேகத்தை விட யாராவது தங்களைத் தடுத்து நிறுத்த முன்வருவார்களா என்ற எண்ணமே அவர்களிடம் மேலோங்கியிருந்தது. ஆனால் கர்னல் அபோந்தே மனதில் எந்த உறுத்தலுமின்றி நிம்மதியாக இருந்தார்.

“சந்தேகத்தின் பேரில் யாரும் கைது செய்யப்படுவது வழக்கமில்லை” என்று அவர் சொன்னார். “இப்போது சந்தியாகோ நாஸாரை எச்சரிக்க வேண்டும். அவ்வளவே. புத்தாண்டு அவர்களுக்கு நல்லதாக இருக்கட்டும்.”

கர்னல் அபோந்தேயின் கொழுகொழு உருவம் அவளுள் ஒருவித பரிதாப உணர்வை ஏற்படுத்தியிருந்ததை க்ளோதில்தெ அர்மெந்தா நினைவுகூர்ந்தாள். தபால் மூலம் கற்ற ஆவிகளோடு தொடர்புகொள்ளும் கலையை நடைமுறையில் செய்து பார்த்துவந்த காரணத்தால் சற்றே கர்வமுடையவராகக் காணப்பட்டாலும் அவரொரு மகிழ்ச்சி நிரம்பிய நபராகவே எனக்குத் தோன்றினார். அந்தத் திங்கட்கிழமை அவர் நடந்து கொண்டவிதம் அவரது முட்டாள்தனத்தை உறுதி செய்வதாக அமைந்தது. உண்மை என்னவென்றால் படகுத்துறையில் சந்தியாகோ நாஸாரைப் பார்க்கும் வரை அந்த விஷயத்தை அவர் சுத்தமாக மறந்தே போயிருந்தார். அவனை அங்கு பார்த்ததும் தான் மேற்கொண்ட முடிவு சரிதான் எனத் தன்னையே மெச்சிக் கொண்டார்.

க்ளோதில்தெ அர்மெந்தாவின் கடைக்குப் பால் வாங்க வந்த ஒரு டஜனுக்கும் அதிகமானவர்களிடம் தாங்கள் சந்தியாகோ நாஸாரைக் கொல்லப் போவது பற்றி சொல்லியிருந்தனர் விகாரியோ சகோதரர்கள். இதனால் ஆறுமணிக்குள்ளாகவே விஷயம் எல்லா இடத்துக்கும் பரவிவிட்டிருந்தது. தெருவுக்கு அந்தப் பக்கம் இருக்கும் ப்ளாஸிதா லினேரோவின் வீட்டுக்கு அந்தச் செய்தி சென்றடையாமல் இருக்க வாய்ப்பேயில்லையென க்ளோதில்தெ அர்மெந்தா நினைத்தாள். அவன் படுக்கையறையில் விளக்கு எரியாததால் சந்தியாகோ நாஸார் அங்கு இருப்பானென்று அவளுக்குத் தோன்றவில்லை. தான் பார்த்தவரிடமெல்லாம் சந்தியாகோ நாஸாரைக் கண்டால் எச்சரிக்கும்படி அவள் கேட்டுக்கொண்டாள். கன்னிகாஸ்திரீகளுக்குப் பால் வாங்க வந்த பயிற்சி கன்னிகாஸ்திரீ மூலமாக இதுபற்றி அமாதோர் பாதிரியாருக்கும்கூட சொல்லியனுப்பினாள். நான்கு மணிக்குப் பிறகு ப்ளாஸிதா லினேரோவின் வீட்டுச் சமையலறையில் விளக்குகள் எரிய ஆரம்பித்திருந்ததைக் கண்டதும் தினமும் கொஞ்சம் பால் கேட்டு வரும் பிச்சைக்காரி மூலம் கடைசியாக விக்தோரியா குஸ்மனுக்கு அந்த அவசரச் செய்தியையும் அனுப்பினாள். சப்தமெழுப்பியபடி பிஷப்பின் படகு வந்தபோது எல்லோரும் அவரை வரவேற்கத் கூடியிருந்தனர். விகாரியோ சகோதரர்கள் சந்தியாகோ நாஸாரைக் கொல்ல இருந்ததை அறியாதவர்கள் வெகுசிலர்தான்.

கிட்டத்தட்ட அனைவருமே அதை அறிந்திருந்தனர். சிறுவிவரமும் குறையாமல் கொலைக்கான காரணத்தைக்கூட அவர்கள் அறிந்திருந்தனர்.

விகாரியோ சகோரரர்கள் செய்தித்தாள்களில் சுற்றி மறுபடியும் இரண்டு கத்திகளைக் கொண்டு வந்தபோது க்ளோதில்தெ அர்மெந்தா பால் விற்பனையை முடித்திருக்கவில்லை. அந்தக் கத்திகளுள் ஒன்று பன்னிரண்டு அங்குல நீளமும் மூன்றங்குல அகலமும் கொண்ட திடமான, ஆனால் துருவேறிய, கூறுபோட உதவும் கத்தி. போர் காரணமாக ஜெர்மன் கத்திகளின் விற்பனை தடைபட்டிருந்தபோது இழைப்பு உளி ஒன்றின் உலோகப் பாகத்திலிருந்து அதைத் தயார் செய்திருந்தான் பெத்ரோ விகாரியோ. இன்னொரு கத்தி குட்டையானது. ஆனால், அகலம் அதிகமுடையது, வளைவானது. விசாரணை அதிகாரி தனது அறிக்கையில் இந்தக் கத்திகளைப் படமாக வரைந்திருந்தார். அவற்றை வார்த்தைகளைக் கொண்டு விளக்குவதில் அவருக்குச் சிரமம் இருந்திருக்க வேண்டும். பார்க்க சிறிய கொடுவாளைப் போன்று இருக்கிறது என்று மட்டுமே அவர் அந்த இரண்டாவது கத்தியைப் பற்றி எழுதியிருந்தார். இந்தக் கத்திகளைக் கொண்டுதான் குற்றம் நிகழ்த்தப்பட்டது. இரண்டு கத்திகளுமே நீண்டகாலம் பயன்படுத்தப்பட்ட, பண்படாத கத்திகள்.

என்ன நடந்தது என்று ஃபாவூஸ்தினோ சாந்தோஸால் விளங்கிக்கொள்ள முடியவில்லை. "அவர்கள் மீண்டும் கத்திகளைத் தீட்ட வந்தார்கள்" என்று அவன் என்னிடம் சொன்னான். "அங்கிருந்தவர்கள் காதில் விழும்படியாக சந்தியாகோ நாஸாரின் குடலை உருவப்போவதாக சத்தம் போட்டுச் சொன்னார்கள். அவர்கள் ஏதோ விளையாட்டுப் பண்ணிக்கொண்டிருக்கிறார்கள் என நினைத்தேன். அதோடு அந்தக் கத்திகளும் அவர்கள் முன்பு கொண்டு வந்த கத்திகள்தான் என நினைத்து அவற்றைக் கவனிக்காமல் விட்டுவிட்டேன்." அவர்கள் திரும்ப வந்தபோது முன்பு காணப்பட்ட உறுதி அவர்களிடம் இல்லாததை உணர்ந்தாள் க்ளோதில்தெ அர்மெந்தா. இம்முறை அவர்களிடையே முதல் தடவையாக கருத்து வேறுபாடு ஏற்பட்டிருந்தது. புறத்தில் காணப்படுவதைக் காட்டிலும் உள்ளுக்குள் அதிக வேறுபாடு உடையவர்களாக இருந்தது மட்டுமல்ல, கடினமான அவசர நிலைமைகளில் அவர்கள் செயல்படும் விதமும் வேறுபட்டதாகவே இருந்தது. அவர்களது நண்பர்களான நாங்கள் உயர்நிலைப் பள்ளியிலிருந்தே இதை கவனித்து வந்திருக்கிறோம். தன் சகோதரனைக் காட்டிலும் ஆறு நிமிடங்கள் மூத்தவனான பாப்லோ விகாரியோ தனது குமரப்பருவம் வரையிலும் இருவரில் அதிக புத்திசாலித்தனமும் திடசித்தமும் கொண்டவனாக இருந்தான். என்னைப் பொறுத்த அளவில், பெத்ரோ அதிக உணர்ச்சிவசப்படுபவனும் அதனாலேயே ஆதிக்கப் போக்கு உடையவனாக இருந்தான். இருபது வயதானபோது இருவரும் ஒன்றாக ராணுவத்தில் சேர முன்வந்தனர். குடும்பத்தை கவனித்துக்கொள்ளவென்று பாப்லோ விகாரியோவை ராணுவத்தில் சேரவிடாமல் வீட்டிலேயே இருக்கச் செய்துவிட்டனர். பெத்ரோ விகாரியோ பதினோரு மாதங்கள் போலீஸ் ரோந்துப் படையில் பணியாற்றினான். மரணம் குறித்த அச்ச உணர்வினால் தீவிரப்படுத்தப்பட்ட அவனது ராணுவ நடைமுறையொழுங்கு அடுத்தவரைத் தன் கட்டளைக்குப்

பணிய வைப்பது மற்றும் தன் அண்ணனுக்கும் சேர்த்துத் தானே முடிவெடுப்பது என்ற சுபாவத்தை முழுமையடையச் செய்திருந்தது. அவன் ராணுவத்திலிருந்து திரும்பியபோது கூடவே ராணுவ வீரர்களுக்கு வரும் மேகநோயையும் கொண்டு வந்தான். மிக முரட்டுத்தனமான ராணுவ மருந்துகளாலேயே குணமாகாத அது டாக்டர் தியோனிஸியோ ஈகுவாரானது ஆர்செனிக் ஊசிகளுக்கும் பெர்மாங்கனேட் மலமிளக்கிகளுக்கும்கூட அசைந்து கொடுக்கவில்லை. கடைசியில் சிறையில்தான் அதனைக் குணப்படுத்த முடிந்தது. ராணுவத்துக்கே உரிய இறுகிய மனதுடனும் யாராவது அதைப் பார்க்க விரும்பினால் உடன் தன் சட்டையைத் தூக்கி வயிற்றின் இடதுபுறத்திலுள்ள, வெளிவரும் கசிவை வெளியேற்றும் சிறு குழாய் ஒன்று வெளித்தெரியக் காணப்படும், துப்பாக்கிக் குண்டு துளைத்த காயத்தைக் காட்டும் தம்பியாகவும் பெத்ரோ விகாரியோ திரும்பி வந்தான். அண்ணனாக இருந்தும் ஒரு தம்பிக்குரிய விநோத சார்பு நிலையை பாப்லோ திடீரெனக் கைக்கொண்டான் என்பதை அவனுடைய நண்பர்களான நாங்கள் உணர்ந்தோம். நெஞ்சிலணிந்து கொண்ட போர்ப் பதக்கம்போல தன் தம்பி கருதிய அந்த மேகநோய் குறித்தும் பாப்லோ விகாரியோ பெருமைப்பட ஆரம்பித்தான்.

அவனே ஒத்துக்கொண்டபடி சந்தியாகோ நாஸாரைக் கொல்ல வேண்டுமென முடிவெடுத்தது பெத்ரோ விகாரியோதான். ஆரம்பத்தில் பாப்லோ விகாரியோ வெறுமனே அவனைப் பின்தொடர்ந்தான். ஆனால், மேயர் வந்து அவர்களிடமிருந்த கத்திகளை எடுத்துக்கொண்டபோது தனது கடமை முடிந்தது என நிம்மதியடைந்தவனும் அவன்தான். அடுத்து செய்யவேண்டியது பற்றி முடிவெடுக்கும் பொறுப்பை பாப்லோ ஏற்றுக்கொண்டான். விசாரணை அதிகாரியிடம் தனித்தனியே அளித்த வாக்குமூலங்களில் தங்களுக்குள் ஏற்பட்ட அந்தக் கருத்து வேறுபாட்டைப் பற்றி இருவருமே குறிப்பிடவில்லை. ஆனால் ஓர் இறுதி முடிவெடுத்து அதற்கு தன் சகோதரனைச் சம்மதிக்க வைப்பதொன்றும் அத்தனை சுலபமாக இருக்கவில்லையென்று பலமுறை என்னிடம் கூறியிருக்கிறான் பாப்லோ விகாரியோ. அது வெறும் பீதியாகக்கூட இருந்திருக்கலாம். வெளியே புளியமரங்களினடியில் தன் சகோதரன் வேதனையோடு சொட்டுச் சொட்டாக சிறுநீர்கழிக்க முயன்று கொண்டிருந்தபோது வேறு இரண்டு கத்திகளைக் கொண்டுவர பன்றிக் குடிலுக்குள் தனியாகச் சென்றான் பாப்லோ விகாரியோ. “அந்த வேதனை எப்படிப்பட்டதென என் சகோதரனுக்குத் தெரியவில்லை” என்று அவனுடனான எனது ஒரே சந்திப்பின்போது சொன்னான் பெத்ரோ விகாரியோ, “பொடித்த கண்ணாடியைச் சிறுநீராகக் கழிப்பது போலிருந்தது.” பாப்லோ விகாரியோ கத்திகளோடு திரும்பி வந்தபோது பெத்ரோ விகாரியோ மரத்தைக் கட்டிப்பிடித்தபடி நின்றிருந்தான். “வலியினால் அவன் உடலெங்கும் வியர்த்துக் குளிர்ந்திருந்தது” என்று அவன் என்னிடம் சொன்னான். “அவன் யாரையும் கொல்கிற நிலைமையில் இல்லாததால் என்னைத் தனியே சென்று வேலையை முடிக்குமாறு கேட்டுக் கொண்டான்.” திருமண விருந்து பரிமாறவென்று மரங்களின் கீழ் தற்காலிகமாக அமைக்கப்பட்ட பெஞ்ச் ஒன்றின்மீது அமர்ந்து தன் கால்சராயை

முட்டிவரை இறக்கிவிட்டுக் கொண்டான். "தன் குறியைச் சுற்றிவைத்திருந்த மெல்லிய துணியைத் தொடர்ந்து மாற்றியபடியே அரைமணி நேரத்துக்கு அமர்ந்திருந்தான்" என்று பாப்லோ விகாரியோ என்னிடம் சொன்னான். உண்மையில் பார்க்கப் போனால் அவன் பத்து நிமிடங்கள் கூட எடுத்துக்கொள்ளவில்லை. ஆனால் தன் சகோதரனது செய்கை புரிந்துகொள்ள முடியாததாகவும் விசித்திரமானதாகவும் பாப்லோ விகாரியோவுக்குத் தோன்றியது. விடியற்காலை வரைக்கும் எப்படியாவது நேரத்தைக் கடத்த வேண்டுமென்று தன் சகோதரன் மேற்கொண்டிருக்கும் தந்திரம் அது என்று நினைத்தான். எனவே வலுக்கட்டாயமாக அவன் கையில் கத்தியைத் திணித்து தங்கள் சகோதரி இழந்த மானத்தைத் தேடி அவனை இழுத்துக்கொண்டு புறப்பட்டான்.

"வேறு வழியே இல்லை" என்று அவன் தன் சகோதரனிடம் சொன்னான். "கிட்டத்தட்ட நாம் திட்டமிட்டது நடந்து முடிந்துவிட்டது போலத்தான்."

வாசலிலிருந்த நாய்களின் குரைப்புச் சத்தம் பின்தொடர இம்முறை எதைக்கொண்டும் கத்திகளைச் சுற்றாமல் வெளிப்படையாகக் கையில் பிடித்தபடி பன்றிக் குடிலின் கதவு வழியே வெளியேறினர். அப்போது லேசாக விடிய ஆரம்பித்திருந்தது.

"அப்போது மழை ஏதும் பெய்யவில்லை" என்று பாப்லோ விகாரியோ நினைவு கூர்ந்தான். "மழைக்கு நேர் எதிரான காலநிலைதான் நிலவியது" என்று பெத்ரோ விகாரியோ சொன்னான். "கடல்காற்று வீசிக்கொண்டிருந்தது. நட்சத்திரங்களை விரல்விட்டு எண்ணிவிடலாம் போலிருந்தது." அதற்குள் செய்தி எல்லாருக்கும் பரவிவிட்டிருந்தது. சரியாக அவர்கள் தன்வீட்டைக் கடந்து போகும்போது கதவைத் திறந்த ஹர்தென்சியா பௌதே அவர்களைப் பார்த்தாள். சந்தியாகோ நாஸாருக்காக முதன்முதலில் அழுதவள் அவள்தான். "அவனை அவர்கள் கொன்று விட்டதாகவே நினைத்தேன்" என்று அவள் என்னிடம் சொன்னாள். "ஏனென்றால் தெருவிளக்கு வெளிச்சத்தில் அவர்களிடமிருந்த கத்திகளைப் பார்த்தேன். அவற்றிலிருந்து ரத்தம் சொட்டிக் கொண்டிருப்பதைப் போல் தோன்றியது." கலைத்துப் போட்டது போன்று காணப்பட்ட அத்தெருவில் திறந்திருந்த சில வீடுகளில் பாப்லோ விகாரியோ மணந்துகொள்ளவிருந்த ப்ரூதென்ஸியா கோதெஸின் வீடும் ஒன்று. அத்தெரு வழியாகப் போகும் போதெல்லாம் அதுவும் குறிப்பாக வெள்ளிக்கிழமைகளில் கடைவீதிக்குப் போகும்போது அவ்வீட்டினுள் சென்று அன்றைய தினத்தின் முதல் கோப்பை காபியை அவர்கள் அருந்துவது வழக்கம். நாய்கள் குழுமியிருந்த வாசற்கதவைத் தள்ளித் திறந்தனர். விடியற்காலையில் மங்கிய வெளிச்சத்தில் நாய்கள் அவர்களை அடையாளம் கண்டு கொண்டன. அவர்கள் சமையலறையிலிருந்த ப்ரூதென்ஸியா கோதெஸின் அம்மாவை நோக்கிக் குரல் கொடுத்தனர். காபி இன்னும் தயாராகியிருக்கவில்லை.

"நாங்கள் பிறகு வருகிறோம்" என்று பாப்லோ விகாரியோ சொன்னான். "இப்போது நாங்கள் அவசரமாகப் போயாக வேண்டும்."

“எனக்குப் புரிகிறது பிள்ளைகளா” என்று அவள் சொன்னாள். “கௌரவம் யாருக்காகவும் காத்திருப்பதில்லைதான்.”

ஆனால் எப்படியோ அவர்கள் காபிக்காகக் காத்திருந்தார்கள். இப்போது பாப்லோ விகாரியோ வேண்டுமென்றே நேரத்தைக் கடத்துவதாக பெத்ரோ விகாரியோ நினைத்தான். அவர்கள் காபி அருந்திக் கொண்டிருந்தபோது பருவப் பூரிப்பில் இருந்த ப்ரூதென்ஸியா கோதெஸ் அடுப்பு அனலைத் தூண்ட கையில் செய்தித்தாள்களுடன் வந்தாள். “அவர்கள் என்ன செய்யப் போகிறார்கள் என்பது எனக்குத் தெரிந்திருந்தது” என்று அவள் என்னிடம் சொன்னாள். “அவர்கள் செய்ய இருந்தது சரிதான். ஒரு உண்மையான ஆண்மகன் செய்யவேண்டியதான அந்தக் காரியத்தை அவர் செய்யத் தவறியிருந்தால் அவரை நான் திருமணம் செய்துகொண்டிருக்கவே மாட்டேன்.” சமையலறையிலிருந்து வெளியேறும் முன் அவளிடமிருந்த செய்தித்தாளிலிருந்து இரண்டு தாள்களை எடுத்துக்கொண்ட பாப்லோ விகாரியோ கத்திகளை வைத்துச் சுற்றிக்கொள்ளவென ஒன்றைத் தன் சகோதரனிடம் கொடுத்தான். மற்றதை தான் வைத்துக்கொண்டான். சமையலறையில் இருந்தபடியே வாசற்கதவு வழியாக அவர்கள் வெளியேறும் வரை பார்த்துக்கொண்டிருந்தாள் ப்ரூதென்ஸியா கோதெஸ். பாப்லோ விகாரியோ சிறையிலிருந்து திரும்பி வந்து அவளைத் திருமணம் செய்துகொள்ளும் வரை மூன்று ஆண்டு காலம் அவள் மனம் தளராமல் காத்திருந்தாள்.

“உடம்பைப் பார்த்துக்கொள்ளுங்கள்” அவள் அவர்களிடம் சொன்னாள்.

அவர்கள் திரும்பவும் வந்ததைப் பார்த்தபோது முன்பிருந்த உத்வேகம் அவர்களிடம் இல்லையென்று க்ளோதில்தெ அர்மெந்தா நினைத்தது ஓரளவு சரிதான். அவர்களுக்கு அவள் அதிக போதை தரும் ராட்கட்ரம் ஒன்றை போத்தல் வழங்கினாள். போதை தலைக்கேறி அவர்கள் நினைவிழந்து கிடப்பார்கள் என அவள் நினைத்தாள். அவள் என்னிடம் சொன்னாள், “இந்த உலகில் பெண்கள்தான் எத்தனை தனியர்களாய் இருக்கிறோம் என்பதை அன்று உணர்ந்தேன்.” பெத்ரோ விகாரியோ அவளிடம் அவள் கணவனது முகச்சவர உபகரணங்களைத் தருமாறு கேட்டான். பிரஷ், சவரச் சோப்பு, சிறு கண்ணாடி இவற்றுடன் புதிய பிளேடுகளுடன் கூடிய ஸேஃப்டி ரேஸரையும் கொண்டு வந்து தந்தாள். ஆனால் பெத்ரோ விகாரியோ தன்னிடமிருந்த இறைச்சி வெட்டும் கத்தியைக் கொண்டே சவரம் செய்துகொண்டான். பலசாலி ஆண் என்ற கர்வத்தின் உச்சபட்ச வெளிப்பாடு அது என்று நினைத்தாள் க்ளோதில்தெ அர்மெந்தா. “அவன், சினிமாவில் வரும் கொலைகாரனைப் போன்று தோன்றினான்” என்று அவள் என்னிடம் சொன்னாள். ஆனால் அவன் ராணுவத்தில் வெறும் ரேஸர் பிளேடை கையினால் கொண்டு சவரம்செய்து பழக்கப்பட்டிருந்ததனால் வேறெந்த வகையிலும் தன்னால் சவரம் செய்துகொள்ள முடியாமல் இருந்ததைப் பிறகு என்னிடம் தெரிவித்தான். ஆனால் பாப்லோ விகாரியோவோ தோன் ரோஹேலியோ தெ லா ஃப்ளோரின் ஸேஃப்டி ரேஸரைக் கொண்டு

வினயமாகச் சவரம்செய்து முடித்தான். வழக்கத்துக்கு முன்பாகவே எழுந்துவிட்டவர்களது போன்ற தூக்கம் மாறாத முகத்தோற்றம் கொண்டவர்களாய், தெருவுக்கு எதிர்ப்புறமிருந்த வீட்டின் இருண்ட ஜன்னலைப் பார்த்தபடியே மெதுவாகவும் அமைதியாகவும் ராட்கட் ரம்மை அருந்தினர். கடைக்கு வரும் சாக்கில் அவர்கள் சந்தியாகோ நாஸாரைக் கொல்லப்போவது உண்மைதானா என்பதை உறுதிசெய்துகொள்ள வந்தவர்கள் கடையில் இல்லாத பொருட்களைக் கேட்டபடி அவர்கள் இருவரையும் நோட்டம் விட்டுக்கொண்டிருந்தனர். விகாரியோ சகோதரர்கள் பார்த்துக்கொண்டிருந்தவரை ஜன்னலில் விளக்கு எரியவில்லை. மணி நான்கு இருபதுக்கு வீட்டுக்கு வந்த சந்தியாகோ நாஸார் விளக்கு எதையும் போடவில்லை, காரணம் அவன் படுக்கையறைக்குச் செல்லும் படிக்கட்டு வழியில் இரவு முழுவதும் விளக்கு எரிந்துகொண்டிருந்தது. உடைகளைக் களையாமலே இருட்டில் கட்டிலைத் தேடிப்போய் அதில் தொப்பென விழுந்தான். உறங்கி எழ அவனுக்கு ஒருமணி நேரம்தான் இருந்தது. பிஷப்பை வரவேற்க அவன் செல்வதற்காக அவனை எழுப்பவந்த விக்தோரியா குஸ்மன் அவன் உடை மாற்றாமல் படுத்திருப்பதைக் கண்டாள். மூன்று மணிவரை நாங்கள் மரியா அலெஹான்ரீனா செர்வாந்தஸின் வீட்டில் ஒன்றாகத்தான் இருந்தோம். மரியா அலெஹான்ரீனா வாத்தியக்காரர்களை அனுப்பிவிட்டு, அங்கிருந்த அழகான, கறுப்பு வெள்ளைக் கலப்பின மூலாத்தோ நடனப் பெண்கள் சென்று உறங்க வேண்டி நடனமாடுமிடத்தின் விளக்குகளையும் அணைத்தாள். அப்பெண்களுக்கு மூன்று நாட்களாக ஓயாத வேலை. முதலில் திருமணத்துக்கு வந்திருந்த முக்கியஸ்தர்களது ரகசியத் தேவைகளைப் பூர்த்தி செய்தனர். பிறகு திருமணக் கொண்டாட்டத்தினாலும் முழுமையான திருப்தியை அடையாத எங்களுக்காகக் கதவுகளை அகலத் திறந்தனர். அவள் உறங்கச் செல்வதென்பது அவளது மரணத்தின்போதுதான் நடக்கும் என நாங்கள் குறிப்பிடும் மரியா அலெஹான்ரீனா நான் சந்தித்த பெண்களிலேயே மிகவும் அழகானவள். படுக்கையில் தேவையறிந்து நடந்துகொள்வதில் அவளுக்கு ஈடாக யாரும் இருக்க முடியாது. அதேநேரம் அவள் மிகுந்த கண்டிப்பும் கொண்டவள். அவள் பிறந்ததும் வளர்ந்ததும் இங்குதான். திறந்த கதவுகளையும் நிறைய அறைகளையும், பாரமரிபோவின் சீனக் கடைத்தெருக்களில் வாங்கிவந்த லாந்தர் விளக்குகளால் அலங்கரிக்கப்பட்ட நடனமாடுவதற்கான மிகப்பெரிய முற்றத்தையும் கொண்ட வீட்டில் அவள் வசித்து வந்தாள். என் தலைமுறையைச் சேர்ந்தவர்களுக்கெல்லாம் கன்னி கழித்து வைத்தவள் அவள். நாங்கள் கற்றுக்கொள்ள வேண்டியதைக் காட்டிலும் கூடுதலாக எங்களுக்கு அவள் கற்பித்தாள். எல்லாவற்றுக்கும் மேலாக வாழ்வில், தனிமையான ஒரு படுக்கையைக் காட்டிலும் வருத்தம் தரக்கூடிய விஷயம் வேறெதுவும் இருக்கமுடியாது என்பதையும் புரியவைத்தவள் அவள்தான். அவளை முதல் தடவை பார்த்தபோது சந்தியாகோ நாஸாருக்கு ஐம்புலனும் ஒடுங்கிப்போனது. நான் அவனை எச்சரித்தேன். *"சண்டையில் நாட்டமுள்ள கொக்கைத் துரத்தும் ஃபால்கன் பறவைக்கு வேதனைமிக்க வாழ்வே எஞ்சும்."* அவளுடைய மந்திரக் கவர்ச்சியில் மதிமயங்கிப் போயிருந்த அவன் என் பேச்சைக் கேட்கவில்லை. கையில் சவுக்குடன் வந்து

அவளோடு படுக்கையில் கிடந்த அவனை விரட்டிக்கொண்டு போய் டிவைன் ஃபேஸ் பண்ணையில் ஒரு வருடத்துக்கும் மேலாக அவன் தந்தை இப்ராஹிம் நாஸார் அடைத்துவைக்கும் வரை அந்தப் பதினைந்து வயதிலேயே அவள்மீது பைத்தியமாகி அவளே கதியென்று கிடந்தான். அதன்பிறகும் அவர்களிடையே ஒருவிதமான சீரிய பிரியம் நீடித்தது. ஆனால், அதில் காதலின் ஒழுங்கின்மை இல்லை. அவன்மீது அவள் மிகுந்த மதிப்பு வைத்திருந்தாள். அவனெதிரில் அவள் யாருடனும் படுக்கைக்குச் செல்லமாட்டாள். என் பள்ளி வாழ்வின் கடைசிக் கோடை விடுமுறைக் காலங்களின்போது தனக்கு சோர்வாக இருக்கிறதென்று சொல்லி சீக்கிரம் எங்களை அனுப்பிவிடுவாள் மரியா அலெஹான்ட்ரீனா. ஆனால் நான் மட்டும் ரகசியமாக வருவதற்கென்று கூடத்தில் விளக்கெரிய கதவைத் தாழிடாமல் வைத்திருப்பாள்.

மாறுவேடங்கள் போட்டுவிடுவதில் சந்தியாகோ நாஸாருக்கு அபாரத் திறமை இருந்தது. அவனுக்குப் பிடித்தமான விளையாட்டு எதுவென்றால் மூலாத்தோ பெண்களுக்கு மாறுவேடம் போட்டு விடுவதுதான். ஒருவருக்கு மாறுவேடம் போட்டுவிட அடுத்தவரது ஆடை ஆபரணங்களைத் தெரியாமல் எடுத்து வந்துவிடுவான். அவர்களுக்குத் தங்களையே அடையாளம் தெரியாமல்போய் தாங்கள் வேறு யாரோ என்ற எண்ணம் ஏற்படுமளவுக்கு அவனது மாறுவேடத் திறமை இருக்கும். ஒருமுறை தன்னைப் போலவே அச்சு அசலாக இருந்த வேறொருத்தியைக் கண்டு திகைத்துப் போனாள் ஒரு மூலாத்தோ பெண். “கண்ணாடியிலிருந்து என் பிம்பம் உயிர்பெற்று வந்தது போலிருந்தது” என்றாள் அவள். அனால் அன்று இரவு அலெஹான்ரீனா செர்வாந்தஸ் சந்தியாகோ நாஸார், கடைசித் தடவையாக, மாறுவேடம் போட்டுவிடும் விளையாட்டை விளையாட அனுமதிக்கவில்லை. அதற்கு அவள் சொன்ன காரணங்கள் அவ்வளவு நம்பும்படியாக இல்லை. அவளது பொய்ப் பேச்சினால் அவன் மனம் கசந்தான். அந்தக் கசப்பு அவன் வாழ்வையே மாற்றிவிட்டது. மாறுவேட விளையாட்டு இல்லாததால் நாங்கள் வாத்தியக் கோஷ்டியை அழைத்துக்கொண்டு ஒரு சுற்று ‘செரனேட்’ பாடல்கள் பாடிவிட்டுவரக் கிளம்பினோம். விகாரியோ சகோதரர்கள் சந்தியாகோ நாஸாரைக் கொல்லக் காத்திருந்தபோது நாங்கள் எங்கள் பாட்டுக்குத் திருமணக் கொண்டாட்டத்தைத் தொடர்ந்து கொண்டிருந்தோம். சுமார் நான்கு மணி அளவில் மனைவியை இழந்தவரான சையுஸின் குன்று மீதிருந்த வீட்டுக்குச் சென்று அங்கிருந்த புதுமணத் தம்பதிகளுக்காகப் பாடலாம் என்ற எண்ணத்தை சந்தியாகோ நாஸார்தான் வெளியிட்டான்.

ஜன்னல்களின் அருகே சென்று பாடியதோடு அல்லாமல் தோட்டத்துக்குச் சென்று வாணங்கள் விட்டு பட்டாசுகளும் வெடித்தோம். இருந்தும் அந்தப் பண்ணை வீட்டுக்குள் மனித சஞ்சாரம் இருப்பதற்கான அறிகுறி ஏதும் தென்படவில்லை. திருமண வைபவத்திற்தென அதன் மீது தொங்கவிடப்பட்டிருந்த பட்டு ரிப்பன்களும் ஆரஞ்சுப் பூங்கொத்துகளும் அப்படியே இருக்க மேற்புறத் துணிக்கூரை மடித்து வைக்கப்பட்ட நிலையில் கதவருகே கார் நின்றுகொண்டிருந்ததனால் வீட்டுக்குள் அவர்கள்

இருக்கிறார்கள் என்றே நினைத்தோம். தொழில்முறை கலைஞனைப் போல கிதார் வாசிக்கக் கற்றிருந்த என்தம்பி லூயிஸ் என்ரிகே திருமணம் தொடர்பான இரட்டை அர்த்தம் தொனிக்கும்படி இட்டுக்கட்டியிருந்த பாட்டொன்றை புதுமணத் தம்பதிகளுக்காகப் பாடினான். அதுவரை மழைபெய்யவில்லை. மழைக்கான அறிகுறிகூட இல்லை. வானம் தெளிவாகக் காணப்பட்டது. நிலவு உச்சியிலிருந்தது. காற்று ஈரப்பதமற்றிருந்தது. குன்றினடியில் இருந்த கல்லறைத் தோட்டத்தில் மினுங்கலாகத் தெரிந்த புனித எல்மோவின் ஒளிப்பந்தைக் காணமுடிந்தது. அதோடு நிலவொளியில் நீல வண்ணமாகத் தோன்றிய வாழைமரங்களடர்ந்த தோப்பு, சோகத்தில் அமிழ்ந்திருந்த சதுப்புநிலங்கள், தொடுவானத்தின் இருளில் மங்கலாக ஒளிர்ந்த கரீபிய வானம் இவற்றையும்கூடக் காண முடிந்தது. கடலில் அணைந்து அணைந்து எரிந்த ஒரு வெளிச்சத்தைக் காட்டி கார்தஜேனா தெ இந்தியாஸின் முக்கியத் துறைமுகம் வழியாக செனகலைச் சேர்ந்த கறுப்பின அடிமைகளை ஏற்றிக்கொண்டு வந்து நடுக்கடலில் மூழ்கிப்போன அடிமைக் கப்பல் ஒன்றின் அலைக்கழிந்துகொண்டிருக்கும் ஆவி அது என்று சொன்னான் சந்தியாகோ நாஸார். சொற்ப நேரமே நீடித்த ஆங்கெலா விகாரியோவின் திருமண வாழ்வு இரண்டு மணி நேரத்துக்கு முன்பாக முடிந்துபோனதை அவன் அறிந்திருக்கவில்லையென்றபோதும் அவன் மனசாட்சி அவனை உறுத்திக்கொண்டிருந்ததா என்பதை அறிய இயலவில்லை. காரில் சென்றால் அதன் சத்தம் தனது துரதிருஷ்டத்தை முன்கூட்டியே காட்டிக்கொடுத்துவிடும் என்றெண்ணி ஆங்கெலா விகாரியோவை அவள் தாய்வீட்டுக்கு நடத்தியே கூட்டிவந்தான் பயார்தோ சான் ரோமான். மனைவியை இழந்த சையுஸ் மகிழ்வுடன் வாழ்ந்து வந்த அந்தப் பண்ணைவீட்டில் விளக்குகள் அணைந்திருக்க தனியனாக அவன் திரும்பி வந்தான்.

நாங்கள் குன்றைவிட்டு இறங்கிக் கீழே வந்தபோது கடைவீதியிலிருந்த உணவுவிடுதி ஒன்றில் காலை உணவாக பொறித்த மீன்கள் கொஞ்சம் சாப்பிடலாம் என்றான் என் தம்பி. ஆனால் சந்தியாகோ நாஸாருக்கு அதில் விருப்பமில்லை. பிஷப் வருவதற்கு முன் ஒருமணி நேரமாவது அவன் தூங்க விரும்பினான். பழைய துறைமுகம் அருகே இருந்த, அப்போதுதான் திறக்க ஆரம்பித்திருந்த ஏழைமக்கள் உணவருந்துமிடங்களைக் கடந்து ஆற்றோரமாக கிறிஸ்தோ பொதோயாவுடன் அவன் சென்றான். தெருமுனையில் திரும்பும்போது எங்களை நோக்கிப் போய் வருகிறேன் எனக் கையசைத்தான். அதுதான் நாங்கள் அவனைக் கடைசியாகப் பார்த்தது.

படகுத்துறையில் பிறகு அவனை சந்திப்பதாக வாக்களித்த கிறிஸ்தோ பெதோயாவிடமிருந்து தன் வீட்டுப் பின்கதவை அடைந்ததும் விடைபெற்றுக் கொண்டான். சந்தியாகோ நாஸார் வருவதையறிந்த நாய்கள் வழக்கம்போலக் குரைத்தன. அரையிருட்டில் தன் கையிலிருந்த சாவிகளைக் குலுக்கி ஓசையெழுப்பி அவற்றைப் அமைதிப்படுத்தினான். சமையலறை வழியாக அவன் வீட்டுக்குள் சென்றபோது அடுப்பில் காபி தயாராவதைக் கவனித்துக்கொண்டிருந்தாள் விக்தோரியா குஸ்மன்.

“ஒயிட்டி” அவள் அவனை அழைத்தாள். “காபி சீக்கிரமே தயாராகிவிடும்.”

பிறகு காபி அருந்துவதாகச் சொன்ன சந்தியாகோ நாஸார் திவினா ஃப்ளோரிடம் சொல்லி தன்னை ஐந்தரை மணிக்கு எழுப்புமாறும் மாற்றிக்கொள்ள அப்போது அணிந்திருந்தது போன்ற உடையைக் கையோடு கொண்டுவருமாறும் அவளிடம் சொன்னாள். அவன் படுக்கச் சென்ற சற்று நேரத்துக்கெல்லாம் பால்கேட்டு வந்த பிச்சைக்காரி மூலமாக, க்ளோதில்தெ அர்மெந்தா சொல்லியனுப்பிய தகவல் விக்தோரியா குஸ்மனுக்கு வந்து சேர்ந்தது. ஐந்தரை மணிக்கு அவன் சொன்னவாறே அவனை எழுப்பினாள். ஆனால் அவன் சொன்னதுபோல திவினா ஃப்ளோரை அனுப்பாமல் நன்றாகச் சலவை செய்த ஆடைகளை எடுத்துக்கொண்டு அவனை எழுப்ப தானே மேலே படுக்கையறைக்குச் சென்றாள். எஜமானனின் கழுகுப் பிடியிலிருந்து தன் மகளைக் காப்பாற்றக் கிடைக்கும் சந்தர்ப்பங்களை அவள் நழுவவிடுவதில்லை.

மரியா அலெஹான்ரீனா செர்வாந்தஸ் கதவைத் தாழிடாமல் வெறுமனே சாத்தியிருந்தாள். என் தம்பியிடம் சொல்லிக் கொண்டு, மூலாத்தோ பெண்களது பூனைகள் டூலிப் மலர்கள்மீது சுருண்டு படுத்து உறங்கிக்கொண்டிருந்த தாழ்வாரத்தைக் கடந்து தட்டாமலேயே படுக்கையறைக் கதவைத் திறந்தேன். விளக்கு அணைக்கப்பட்டிருந்தது. உள்ளே நுழைந்தபோது வெதுவெதுப்பான பெண்வாசனையை உணர்ந்தேன். உறக்கமே வராத ஒரு சிறுத்தைப்புலியின் கண்களை இருளில் கண்டேன். அதன்பின் மணிகள் ஒலித்த சத்தம் கேட்கும் வரை என்ன நிகழ்ந்ததென்று அறியாதவனாகக் கிடந்தேன்.

வீட்டுக்குப் போகும் வழியில் என் தம்பி சிகரெட் வாங்க க்ளோதில்தெ அர்மெந்தாவின் கடைக்குச் சென்றான். அதிகம் குடித்திருந்ததால் அங்கு நிகழ்ந்த சந்திப்பு பற்றிய அவன் நினைவுகள் தெளிவற்றவையாகவே இருந்தன. ஆனாலும் பெத்ரோ விகாரியோ குடிக்கக் கொடுத்த அந்த மோசமான மதுவை அவன் ஒருபோதும் மறக்கவில்லை. “அது திராவகம் போல இருந்தது” என்று அவன் என்னிடம் சொன்னான். ஆழ்ந்த உறக்கத்திலிருந்த பாப்லோ விகாரியோ என் தம்பி வந்த அரவம் கேட்டு எழுந்தான். தன்னிடமிருந்த கத்தியை என் தம்பியிடம் காட்டினான்.

“நாங்கள் சந்தியாகோ நாஸாரைக் கொல்லப் போகிறோம்” என்று அவனிடம் அவன் சொன்னான்.

என் தம்பிக்கு அவன் சொன்னது நினைவில் பதியவில்லை. “அப்படியே பதிந்திருந்தாலும் அதை நான் நம்பியிருக்க மாட்டேன்” என்று என்னிடம் அவன் பலமுறை சொல்லியிருக்கிறான் “அந்த இரட்டையர்கள் யாரையோ கொல்லப் போகிறார்கள். அதுவும் பன்றியை அறுக்க உதவும் கத்திகளைக் கொண்டு என்பதை எந்த நாய்தான் நம்பியிருப்பான்!” பிறகு சந்தியாகோ நாஸார் எங்கே என அவர்கள் அவனிடம் விசாரித்தார்கள். ஏனென்றால் என் தம்பியும் சந்தியாகோ நாஸாரும் ஒன்றாக இருந்ததை அவர்கள் பார்த்திருந்தனர். அவர்களது கேள்விக்கு என்ன பதில் சொன்னான்

என்பதும் என் தம்பிக்கு நினைவில்லை. ஆனால் அவன் சொன்ன பதிலைக் கேட்டு க்ளோதில்தெ அர்மெந்தாவும் விகாரியோ சகோதரர்களும் திகைத்துப் போயினர். இந்தத் தகவல் விசாரணை அறிக்கையில் அவர்களது தனித்தனிச் சாட்சியங்கள் வழி உறுதிசெய்யப்பட்டுள்ளது. என் தம்பி சொன்னதாக அவர்கள் குறிப்பிட்டது இதுதான், "சந்தியாகோ நாஸார் இறந்துவிட்டான்." பிறகு பிஷப் செய்வதுபோல சிலுவை வரைந்து ஆசிர்வாதம் வழங்கியபடி கடை வாசலில் கால் தடுக்கி தடுமாறியவன் தள்ளாடியபடியே வெளியேறினான். அவன் சதுக்கத்தின் நடுவே வந்துகொண்டிருந்தபோது அமாதோர் பாதிரியார் அவனுக்கு எதிர்த் திசையில் கடந்து போனார். பூசை உதவிப் பையனொருவன் மணியை ஒலித்தபடி பின்னால்வர பூசைக்கு அணியவேண்டிய சிறப்பு உடையணிந்து படகுத்துறை நோக்கிப் போய்க்கொண்டிருந்தார். பிஷப் திறந்தவெளியில் நிகழ்த்தவிருந்த பூசைக்கான பீடத்தைச் சுமந்தபடி பலர் அவருடன் சென்றுகொண்டிருந்தனர். அவர்கள் கடந்து போவதைப் பார்த்த விகாரியோ சகோதரர்கள் பக்தியுடன் நெஞ்சில் சிலுவை அடையாளமிட்டுக் கொண்டனர்.

பாதிரியார் தன் கடையைத் தாண்டிச் சென்ற பிறகு பலரும் தங்களது கடைசி நம்பிக்கையையும் இழந்துவிட்டிருந்தனர் என என்னிடம் சொன்னாள் க்ளோதில்தெ அர்மெந்தா.

"நான் சொல்லியனுப்பிய தகவல் அவரைச் சென்று சேரவில்லை என நினைத்தேன்" என்று அவள் சொன்னாள். பல வருடங்கள் கழித்து உலகின் பரபரப்பினின்றும் விலகித் தனிமை சூழ்ந்த காலஃபெல் ஓய்வு இல்லத்தில் அவரைச் சந்தித்தபோது, படகுத்துறைக்குக் கிளம்ப ஆயத்தமாகிக் கொண்டிருக்கையில் க்ளோதில்தெ அர்மெந்தா மற்றும் பலரும் சொல்லியனுப்பியிருந்த அந்தத் தகவல் அவருக்குத் தெரிவிக்கப்பட்டிருந்ததை அமாதோர் பாதிரியார் ஒப்புக்கொண்டார். "உண்மை என்னவென்றால், அப்போது என்ன செய்வதென்று எனக்கு விளங்கவில்லை" என்று அவர் என்னிடம் சொன்னார். "முதலில், அதில் எனக்கு என்ன சம்பந்தம் இருக்கிறது, அரசாங்க அதிகாரிகள்தானே அதுபற்றி நடவடிக்கை எடுக்கவேண்டும் என நினைத்தேன். பிறகு மனதை மாற்றிக்கொண்டேன். ப்ளாஸிதா லினேரோவின் வீட்டைக் கடந்து போகையில் அதுபற்றி அவளிடம் சொல்லிவிட்டுப் போகலாம் என்றிருந்தேன்." ஆனால், சதுக்கத்தைத் தாண்டியபோது இதுகுறித்து அவர் முற்றிலுமாக மறந்துவிட்டிருந்தார். "நீங்கள் ஒன்றைப் புரிந்து கொள்ளவேண்டும், அந்தத் துரதிருஷ்ட தினத்தில் பிஷப் வேறு வருவதாக இருந்தது" என்று என்னிடம் சொன்னார். குற்றம் நிகழ்ந்ததை அறிந்து அவர் மிகவும் மனமுடைந்து போனார். குற்றம் நடந்த கணத்தில் தன்மீதே அவருக்கு வெறுப்பு தோன்றியது. அந்த வெறுப்பில் அவருக்குச் செய்யத் தோன்றியதெல்லாம் தீ விபத்துக்கான அபாயமணியை ஒலிக்கச் செய்வதுதான்.

அப்பாவுக்குத் தெரியாமல் நாங்கள் உள்ளே வருவதற்காக அம்மா திறந்து வைத்திருந்த சமையலறைக் கதவு வழியாக வீட்டுக்குள் நுழைந்தான்

என் தம்பி லூயிஸ் என்ரிகே. படுக்கப் போகும்முன் கழிவறைக்குச் சென்றான். அங்கே அமர்ந்தபடியே உறங்கிவிட்டிருந்தான். பள்ளிக்கூடம் போகவெனக் காலையில் சீக்கிரமே எழுந்துவிட்டிருந்த என் தம்பி ஹாய்மெ, உறக்கத்தில் ஏதோ ஒரு பாடலைப் பிதற்றியபடி தலைகுப்புற ஓடுபாவிய கழிவறைத் தரையில் அவன் விழுந்து கிடப்பதைப் பார்த்தான். எண்பது சதம் ஆல்கஹால் கொண்ட மதுவினால் ஏற்பட்ட குடிமயக்கத்தின் மிச்சம் காரணமாக பிஷப்பை வரவேற்கப் போவதில்லை என முடிவு செய்திருந்த கன்னிகாஸ்திரீயான என் சகோதரி அவனை எழுப்ப முயன்றாள். அவன் எழவில்லை. "நான் குளியலறைக்குச் சென்றபோது மணி ஐந்து அடித்தது" என்று அவள் என்னிடம் சொன்னாள். படகுத்துறைக்குக் கிளம்பும் முன் மறுபடி கழிவறைக்குச் சென்ற என் சகோதரி மார்கோத் பெரும் சிரமத்துடன் அவனை இழுத்துவந்து அவனது படுக்கையறையில் போட்டாள். பிஷப் வந்த படகு எழுப்பிய சத்தத்தை கண்விழிக்காமலேயே தன் உறக்கத்தின் ஒரு பகுதியாகக் கொண்டு கேட்டான் அவன். குடி கும்மாளத்தினால் களைப்புற்றிருந்த காரணத்தால் உடனே ஆழ்ந்து தூங்கிப் போனான். கன்னிகாஸ்திரீக்கான நீண்ட அங்கியை அணிந்தவாறே அவனது படுக்கையறைக்குள் ஓடிவந்த என் சகோதரி காட்டுக் கத்தலாய்க் கத்தி எழுப்பும்வரை அவன் எழுந்திருக்கவில்லை. அவள் கத்தினாள்:

"அவர்கள் சந்தியாகோ நாஸாரைக் கொன்றுவிட்டார்கள்."

## 4

டாக்டர் தியோனிஸியோ ஈகுவாரான் இல்லாத காரணத்தால் வேறு வழியின்றி அமாதோர் பாதிரியார் செய்ய வேண்டிவந்த துக்ககரமான அந்தப் பிரதேப் பரிசோதனைக்கு, கத்திகளால் ஏற்கனவே ஏற்பட்டிருந்த சேதம் ஒரு துவக்கமாக அமைந்தது. "அவன் இறந்த பிறகு மறுபடியும் ஒருமுறை அவனைக் கொன்றதுபோல் இருந்தது" என்று ஓய்வுபெற்று காலஃபெல்லில் இருந்த அந்த வயதான பாதிரி என்னிடம் சொன்னார். "அது மேயர் போட்ட உத்தரவு. அந்தக் காட்டுமிராண்டி போட்ட உத்தரவுகளுக்கு – எல்லாம் முட்டாள்தனமான உத்தரவுகள் – நான் கட்டுப்பட்டாக வேண்டிய நிலை." அது அத்தனை ஒழுங்காக நடைபெறவில்லை. அபத்தமான அந்தத் திங்கட்கிழமைக் குழப்பத்தில் கர்னல் அபோந்தே அவசரமாக மாகாண ஆளுநருடன் தந்திவழியாகக் கலந்து பேசினார். தான் விசாரணைக்கென ஒரு மாஜிஸ்திரேட்டை அனுப்புவதாகவும் அதற்குள் ஆரம்பகட்ட வேலைகளை முடிக்க அவருக்கு அதிகாரம் வழங்குவதாகவும் தெரிவித்தார் ஆளுநர். படைப்பிரிவு ஒன்றின் தலைமை அதிகாரியாக இருந்தவரான மேயர் அவ்வளவாக சட்ட நுணுக்கம் அறியாதவர். எதிலிருந்து துவங்குவது என அவருக்குத் தெரியவில்லை. அதுபற்றித் தெரிந்த யாரிடமும் கேட்க அவரது கர்வம் இடம் தரவில்லை. பிரேதப் பரிசோதனைதான் அவருக்கு சிக்கலை உண்டாக்கிய முதல் விஷயம். அப்போது மருத்துவம் பயிலும் மாணவனாக இருந்த கிறிஸ்தோ பெதோயா, தான் சந்தியாகோ நாஸாருக்கு நெருங்கிய நண்பன் என்று சொல்லி பிரேதப் பரிசோதனை செய்வதனின்றும் விலகிக்கொண்டான். டாக்டர் தியோனிஸியோ ஈகுவாரான் வரும்வரை பிரேதத்தைக் குளிர்பதனத்தில் வைத்திருப்பதென முடிவு செய்தார் மேயர். ஆனால், ஒரு மனித உடலை வைக்குமளவுக்கு குளிர்பதனப்பெட்டி கிடைக்கவில்லை. அந்த அளவில்

சந்தையில் இருந்த ஒரே குளிர்சாதனப்பெட்டியும் பழுதடைந்திருந்தது. புழுங்கும் அறையில் குறுகலான இரும்புக்கட்டிலில் கிடத்தப்பட்டுப் பொதுமக்கள் பார்வைக்கென பிரேதம் வைக்கப்பட்டிருந்தது. விலை உயர்ந்த சவப்பெட்டி தயாராகிக்கொண்டிருந்தது. படுக்கையறைகளில் இருந்தும் பக்கத்து வீடுகளில் இருந்தும் மின்விசிறிகளைக் கொண்டுவந்திருந்தனர். ஆர்வமிகுதியால் ஏராளமான மக்கள் பிரேதத்தைப் பார்க்க வந்ததால் மரச்சாமான்களையும் பறவைக் கூண்டுகளையும் அலங்காரப் பூந்தொட்டிகளையும் ஓரமாக ஒதுக்கி வைக்க வேண்டியிருந்தது. அதன் பிறகும் வெப்பம் கடுமையாக இருந்தது. மரணத்தின் வாசனையால் உந்தப்பட்ட நாய்கள் மூர்க்கமடைந்தன. சந்தியாகோ நாஸார் மரண வேதனையுடன் சமையலறையில் கிடக்கையில் நான் வீட்டுக்குள் நுழைந்ததிலிருந்து அவை ஊளையிட்டபடி இருந்தன. கையில் பெரிய கட்டையுடன், சத்தம் போட்டுத் தேம்பி அழுதபடியே, அவற்றை விரட்டிக்கொண்டிருந்தாள் திவினா ஃப்ளோர்.

"கொஞ்சம் உதவி செய்யுங்கள்" என்று அவள் என்னை நோக்கிக் கத்தினாள். "அவரின் குடலைத் தின்னத்தான் இவை இப்படிப் பரபரக்கின்றன."

நாங்கள் அவற்றைக் குதிரை லாயத்துள் தள்ளிப் பூட்டினோம். இறுதி ஊர்வலம் முடியும்வரை அவற்றை எங்காவது தொலைவே கொண்டுபோய் வைத்திருக்கும்படி சொன்னாள் ப்ளாஸிதா லினேரோ. ஆனால் பொழுது மதியத்தை நெருங்கிக் கொண்டிருந்தபோது அவை வீட்டுக்குள் பாய்ந்து வந்தன. எப்படி அவை தப்பித்து வந்தன என யாருக்கும் தெரியவில்லை. அந்த ஒரு தருணத்தில் மட்டும் ப்ளாஸிதா லினேரோ தன் பொறுமையை இழந்தாள்.

"கேடுகெட்ட நாய்கள், அவற்றைக் கொன்று போடுங்கள்" என்று அவள் கத்தினாள்.

அவள் உத்தரவு உடனே நிறைவேற்றப்பட்டது. வீட்டினுள் மீண்டும் அமைதி திரும்பியது. அதுவரை யாரும் பிரேதத்தின் நிலைமை குறித்துக் கவலைகொள்ளவில்லை. அவன் முகம் சற்றும் குலையவில்லை. பாடிக்கொண்டிருந்தபோது இருந்த முகத்தோற்றம் அப்படியே இருந்தது. கிறிஸ்தோ பெதோயா வெளித்தள்ளியிருந்த குடலை உள்ளே தள்ளி முழு உடலையும் வெள்ளைத் துணியொன்றினால் சுற்றினான். இருந்தும் மதியமானபோது உடலின் காயங்களிலிருந்து வெல்லப்பாகு நிறத்தில் ஒருவிதத் திரவம் வடியத் தொடங்கியது. அதனை நோக்கி ஈக்கள் குழுமின. மேலுதட்டின் மீது ஒரு ஊதாநிறத் திட்டு தோன்றியது. பிறகு அது தண்ணீர் மீது நகரும் மேகத்தின் நிழல்போல மெதுவாக தலைமுடி வரை பரவியது. எப்போதும் களையுடன் காணப்படும் அவன் முகம் விகாரமடையத் தொடங்கியது. அவன் அம்மா கைக்குட்டை ஒன்றினால் அந்த முகத்தை மூடினாள். நீண்டநேரம் தாமதிக்க முடியாது என்பதை உணர்ந்த கர்னல் அபோந்தே பிரேதப் பரிசோதனையை மேற்கொள்ளும்படி அமாதோர் பாதிரியாருக்கு உத்தரவிட்டார். "ஒரு வாரம் கழித்து பிணத்தைத் தோண்டுவது அவ்வளவு நன்றாக இருக்காது"

என்றார் அவர். அமாதோர் பாதிரியார் சாலமன்காவில் மருத்துவமும் அறுவையும் படித்திருந்தார். ஆனால் பட்டம் வாங்கும் முன் துறவற சபையில் சேர்ந்துவிட்டிருந்தார். அவர் செய்யும் பிரேதப் பரிசோதனை சட்டபூர்வமாகச் செல்லாது என்பது மேயருக்கும் தெரியும். இருந்தும் தான் பிறப்பித்த உத்தரவை அவர் திரும்பப் பெறவில்லை.

மருந்தாளுநர் ஒருவர் குறிப்பெடுக்க, கோடைவிடுமுறையில் வந்திருந்த முதலாமாண்டு மருத்துவம் படிக்கும் மாணவனொருவன் உதவிசெய்ய அரசாங்கப் பள்ளிக்கூடத்தில் நடந்த அந்த பிரேதப் பரிசோதனை ஒரு படுகொலை. சிறு அளவிலான அறுவை சிகிச்சைக்குப் பயன்படும் உபகரணங்கள் மட்டுமே அங்கு இருந்தன. பிரேதப் பரிசோதனையில் பயன்படுத்தப்பட்ட பிற உபகரணங்கள் கைவினைக் கலைஞர்களது தொழில்முறைக் கருவிகள். பிரேதம் மிகவும் மோசமான நிலையில் இருந்தபோதும் அமாதோர் பாதிரியாரின் பிரேதப் பரிசோதனை அறிக்கை பாராட்டும்படியாக அமைந்தது. விசாரணை அதிகாரியும் இந்த அறிக்கை மிகவும் உபயோகமான சான்றாக இருந்தது எனத் தன் அறிக்கையில் குறிப்பிட்டிருந்தார்.

உடலில் ஏற்பட்டிருந்த ஏராளமான காயங்களில் ஏழு அபாயகரமானவையாக இருந்தன. கல்லீரலின் முன்பக்கம் காணப்பட்ட இரண்டு ஆழமான கத்திக்குத்துகள் அந்த உறுப்பைக் கிட்டத்தட்டக் கூறுபோட்டிருந்தன. வயிற்றில் நான்கு குத்துகள். அவற்றில் ஒரு குத்து கணையத்தில் ஆழமாக ஊடுருவி அதைச் சிதைத்துவிட்டிருந்தது. கிடைமட்டமாக அமைந்த பெருங்குடல் பகுதியின் அடிப்பகுதியில் ஆறு லேசான கத்திக்குத்துத் தடயங்களும் சிறுகுடலின் பல இடங்களில் காயங்களும் காணப்பட்டன. அவனது முதுகுப் புறத்தில் ஒரேயொரு கத்திக்குத்துதான் காணப்பட்டது. முதுகுத் தண்டின் மூன்றாவது கண்ணியில் காணப்பட்ட அக்கத்திக்குத்து நேராக சிறுநீரகத்தை ஊடுருவியிருந்தது. அடிவயிற்றுக் குழிவு முழுதும் உறைந்த ரத்தத்தால் நிரம்பியிருந்தது. இரைப்பையில் குழைந்து கிடந்த பொருட்களினிடையே சந்தியாகோ நாஸார் நான்கு வயதில் விழுங்கிவிட்டிருந்த கார்மெல் கன்னிமாதாவின் சிறு திருவுருவம் பதித்த பதக்கம் ஒன்றும் இருந்தது. நெஞ்சுக் குழியில் இரண்டு கத்திக் குத்துகள். முதல்குத்து வலப்புற இரண்டாவது விலா எலும்பு இடைவெளியில் நுழைந்து நுரையீரலைத் தாக்கியிருந்தது. மற்றது இடது கட்கத்துக்கு வெகு அருகாமையில் ஊடுருவியிருந்தது. புஜத்திலும் கைகளிலும் ஆறு சிறு காயங்கள் காணப்பட்டன. உடலின் மேலாக கிடைமட்டமான இரண்டு வெட்டுக்காயங்கள். ஒரு வெட்டு வலது தொடைமீதும் மற்றொரு வெட்டு அடிவயிற்றுத் தசைகள் மீதும் காணப்பட்டது. வலது கையிலும் ஒரு ஆழமான கத்திக்குத்து காணப்பட்டது. “சிலுவையில் அறையப்பட்ட ஏசுவின் கையிலிருந்த காயம்போல இருந்தது” என அக்காயம் பற்றி அறிக்கையில் குறிப்பிடப்பட்டிருந்தது. மூளையின் எடை ஒரு சராசரி ஆங்கிலேயனது மூளை எடையைக் காட்டிலும் அறுபது கிராம் கூடுதலாக இருந்தது. அதனால் சந்தியாகோ நாஸார் அதிக புத்திக்கூர்மையும் பிரகாசமான எதிர்காலமும் கொண்டிருந்தான் என அமாதோர் பாதிரியார் பிரேதப் பரிசோதனை அறிக்கையில்

குறிப்பிட்டிருந்தார். அறிக்கையின் இறுதியில் சரியாகக் குணமாகாத மஞ்சள்காமாலை நோயின் காரணமாக ஏற்பட்டிருந்த கல்லீரல் வீக்கம் பற்றியும் குறிப்பிட்டிருந்தார். “சொல்லப் போனால், எப்படிப் பார்த்தாலும் சில வருடங்களே அவன் உயிர்வாழ்ந்திருக்கக்கூடும்” என்று என்னிடம் சொன்னார். “பன்னிரண்டு வயதில் அவனுக்கு ஏற்பட்ட மஞ்சள் காமாலைக்கு சிகிச்சையளித்தவரான டாக்டர் தியோனிஸியோ ஈகுவாரான் அந்தப் பிரேதப் பரிசோதனை அறிக்கை பற்றிப் பேசுகையில் கோபமடைந்தார். “ஒரு பாதிரியாரால்தான் இவ்வளவு முட்டாள்தனமாக நடந்துகொள்ள முடியும்” என்று அவர் என்னிடம் சொன்னார். “வெப்ப மண்டலப் பகுதியில் வாழும் நமக்குக் கத்துக்குட்டி கலீஷிய ஸ்பானியர்களைக் காட்டிலும் கல்லீரல் பெரிதாக இருக்கும் என்பதை அவருக்குப் புரியவைக்க வழியே இல்லை.” உடலில் காணப்பட்ட ஏழு பெரிய காயங்களில் ஏதோவொன்றினால் ஏற்பட்டிருந்த பெரும் ரத்தப்போக்கே மரணத்துக்குக் காரணம் என அறிக்கை முடித்திருந்தது.

எங்களிடம் அவர்கள் முற்றிலும் வேறான ஒரு உடலைத் திருப்பித் தந்தார்கள். மூளையை எடுக்கவென்று போட்டிருந்த ஓட்டையில் பாதி மண்டையோடு உருக்குலைந்து போயிருந்தது. இறந்த பின்பும் வசீகரம் குன்றாமலிருந்த பெண்களைச் சுண்டியிழுக்கும் அந்த முகம் அடையாளம் தெரியாமல் மாறிவிட்டிருந்தது. துண்டுபட்டுக் கிடந்த சிறுகுடல் மற்றும் பெருங்குடலைப் பாதிரியார் வேரோடு உருவினார். அவற்றை வைத்துக்கொண்டு என்ன செய்வதென்று தெரியாததால் கோபமாக அவற்றின் மீது சிலுவையிட்டு ஆசீர்வதித்து குப்பைக் கூடையில் எறிந்துவிட்டிருந்தார். பிரேதப் பரிசோதனை நடந்து கொண்டிருந்த பள்ளிக்கூட ஜன்னலோரம் வேடிக்கை பார்த்துக்கொண்டிருந்தவர்களில் கடைசியாக மிஞ்சியிருந்தவர்களுக்கும் சுவாரஸ்யம் அற்றுப்போனது. பிரேதப் பரிசோதனையின்போது உடனிருந்த உதவியாளன் மயங்கிவிழுந்தான். போர்களின் போது பல படுகொலைகளைப் பார்த்தவரும் பல படுகொலைகளுக்குக் காரணமாக இருந்தவருமான கர்னல் லாஸரோ அபோநதே அன்றிலிருந்து சைவத்துக்கு மாறியதோடு அல்லாமல் ஆன்மீகத்திலும் ஈடுபட ஆரம்பித்தார். கந்தைத் துணிகளும் கிளிஞ்சல் சுண்ணாம்பும் உள்ளே வைத்து, அழுக்கான இரட்டைமடி நூலும் கோணி ஊசியும் கொண்டு தைக்கப்பட்ட அந்த வெற்றுக் கூட்டை உட்புறம் மிருதுவான பட்டுப் பொதிகளால் மறைக்கப்பட்ட புது சவப்பெட்டியில் நாங்கள் வைத்தபோது அது இற்று விழுந்து விடும்போல் இருந்தது. “அது நீண்ட நேரத்துக்குக் கெடாமல் இருக்கும்” என்று அமாதோர் பாதிரியார் என்னிடம் சொன்னார். ஆனால் நடந்தது அவர் சொன்னதற்கு மாறாக இருந்தது. பிரேதம் மோசமடைந்துகொண்டு வந்தது. வீட்டுக்குள் இருக்கவே முடியவில்லை. எனவே அவசரம் அவசரமாக அதிகாலையில் பிரேதத்தை நாங்கள் அடக்கம் செய்ய வேண்டியதாயிற்று.

மேகம் சூழ்ந்த ஒரு செவ்வாய்க்கிழமை உதயமாகியிருந்தது. குரூரமாகக் கழிந்த முந்தின தினத்தின் முடிவில் உறங்கச் செல்வதற்கு எனக்கு தைரியம் இருக்கவில்லை. கதவைத் தாழ்போடாமல் வைத்திருப்பாள் என்ற நம்பிக்கையில் மரியா அலெஹான்ரீனா வீட்டுக்கதவைத்

தள்ளினேன். மரத்தில் தொங்கவிடப்பட்டிருந்த அலங்கார விளக்குகள் அங்கேயே எரிந்துகொண்டிருந்தன. வாசலில் விறகு அடுப்பும் ஆவி பறந்துகொண்டிருந்த பெரிய பானைகளும் காணப்பட்டன. மூலாத்தோ பெண்கள் கொண்டாட்டத்துக்கென அணிந்திருந்த ஆடைகள்மீது துக்க வண்ணத்தைப் பூசிக்கொண்டிருந்தனர். வழக்கமாக அவள் அதிகாலை வேளைகளில் இருப்பதுபோல அப்போதும் விழித்துக்கொண்டிருந்தாள். வழக்கமாக அந்நியர்கள் யாருமில்லாதபோது இருப்பதுபோல அப்போதும் முழு நிர்வாணமாக இருந்தாள். தேவலோகத்தில் இருப்பதாகக் கருதப்படும் அழகுமிக்க துருக்கிய இளம் பெண்ணான ஹௌரியைப் போல முழங்கால்களைக் கட்டியபடி ஒரு அரசியினுடையதைப் போன்ற தன் படுக்கையில் அமர்ந்திருந்தாள். ஒரு ஓரமாக பாபிலோனிய மரத்தட்டு ஒன்றில் உணவு வகைகள் வைக்கப்பட்டிருந்தன. பெரிய துண்டங்களாகப் பொரித்த கன்றுக்குட்டி இறைச்சி, வேகவைத்த கோழி இறைச்சி, பன்றியின் இடுப்புப் பகுதி இறைச்சி இவற்றுடன் உணவை அலங்கரிக்கும் விதமாக வைக்கப்பட்டிருந்த வாழைப்பழ மற்றும் காய்கறித் துண்டங்கள் எல்லாம் சேர்த்து ஐந்து பேர் சாப்பிடக்கூடிய அளவுக்கு இருந்தன. அளவுக்கு அதிகமாக உண்ணும் வகையிலேயே அவள் எப்போதும் தன் துக்கத்தை வெளிப்படுத்துவாள். அவள் இத்தனை துக்கத்திலிருந்து நான் இதற்குமுன் பார்த்ததில்லை. ஆடைகளைக் களையாமலேயே அவள் அருகில் படுத்தேன். பொதுவாகச் சில வார்த்தைகள் பேசினேன். என் வழியில் நானும் துக்கத்தைக் கடைப்பிடித்துக் கொண்டிருந்தேன். சந்தியாகோ நாஸாரது குரூர விதியைப் பற்றி யோசித்துக் கொண்டிருந்தேன். அவனது மரணத்தின் வழியாக மட்டுமல்லாது அந்த குரூர விதி, அவன் உடலைக் கூறுபோட்டும் உருக்குலைத்தும் சுவடின்றி அழித்தும் அவனது இருபது வருட வாழ்வின் சந்தோஷங்கள் அனைத்தையும் பறித்து விட்டிருந்தது. என் கனவில் ஒரு பெண் கையில் பெண் குழந்தையொன்றை ஏந்தியபடி வந்தாள். அந்தக் குழந்தை மூச்சுவிடவும் அவகாசமின்றி ஓயாது மென்றுகொண்டேயிருந்தது. பாதிமென்ற மக்காச் சோளங்கள் அந்தப் பெண்ணின் மார்க்கச்சின்மீது விழுந்துகொண்டிருந்தன. அந்தப் பெண் என்னிடம் சொன்னாள், “இவள் தறிகெட்டு இயங்கும் கொட்டை உடைக்கும் இயந்திரத்தைப் போல மென்றுகொண்டிருக்கிறாள், ஒழுங்கின்றியும் பெரும் ஓசையுடனும் மென்றுகொண்டிருக்கிறாள்.” பரபரப்புகூடிய விரல்கள் என் சட்டையின் பொத்தான்களை விடுவிப்பதை உணர்ந்தேன். என் முதுகருகே படுத்திருந்த மூர்க்கமான ஒரு காதல் விலங்கின் அச்சமூட்டும் வாசனையை நுகர்ந்தேன். அவளது மென்மையின் புதைகுழியில் மெல்ல ஆழ்ந்து கொண்டிருந்தேன். திடீரென அவள் நிறுத்தினாள். தூர இருந்து தொண்டையைச் செருமினாள், என் உயிரிலிருந்தும் நழுவி விலகி நின்றாள்.

“என்னால் முடியாது, உன்னிடத்தில் அவள் வாசனை” என்றாள் அவள்.

நான் மட்டுமல்ல அன்றைய தினம் எல்லாமே சந்தியாகோ நாஸாரின் வாசனையைக் கொண்டிருந்தன. அடுத்து என்ன செய்வதென்று தீர்மானிக்கும் வரை மேயர் அவர்களை அடைத்து வைத்த சிறை அறையில்கூட விகாரியோ சகோதரர்கள் அவன் வாசனையை

உணர்ந்தனர். "எவ்வளவு சோப்புப் போட்டுத் தேய்த்தும் துணியால் துடைத்தும்கூட அந்த வாசனை அகலவில்லை" என்று பெத்ரோ விகாரியோ என்னிடம் சொன்னான். மூன்று இரவுகளாக அவர்கள் உறங்கவில்லை. ஏனென்றால், அவர்கள் தூங்க ஆரம்பித்தால் திரும்பவும் ஆரம்பத்திலிருந்து அந்தக் கொலையைச் செய்யவேண்டி வரும். தற்போது கிட்டத்தட்ட வயோதிகனாகிவிட்ட நிலையில், முடிவற்ற அந்த நாளில் அவனிருந்த நிலைபற்றி விளக்கிக் கூற முற்படுகையில் எந்தப் பிரயத்தனமும் இன்றி இயல்பாக என்னிடம் சொன்னான் பாப்லோ விகாரியோ: "அது இரண்டு மடங்கு அதிகம் விழித்திருப்பதைப் போன்றது." அவன் சொன்ன இந்த வாக்கியத்தை வைத்துப் பார்க்கையில் சிறையிலிருந்த காலத்தில் அவர்களாலேயே தாங்க முடியாத விஷயம் என்று ஒன்று இருந்திருக்க வேண்டுமென்றால் அது அவர்களது தெளிவான பேச்சாகத்தான் இருந்திருக்க வேண்டுமென்று தோன்றியது.

அந்தச் சிறை அறை பத்து சதுர அடிப் பரப்பில் இருந்தது. இரும்புச் சட்டங்களால் அமைக்கப்பட்ட வெளிச்சம் வருவதற்கான திறப்பு வெகு உயரத்தில் இருந்தது. தள்ளிச் செல்லக்கூடிய அமைப்பில் ஒரு கழிவறை, கழுவும் தொட்டியும் பெரிய மண் கூஜாவும் கூடிய கையலம்புமிடம். வைக்கோல் துருத்திய மெத்தைகளுடன் கூடிய இரண்டு தற்காலிகப் படுக்கைகள். அந்த அறையைக் காட்டிலும் மனித அக்கறை உடையதாக ஒரு ஹோட்டல் அறைகூட இருக்க முடியாது என்றார் அதைக்கட்ட உத்தரவிட்டவரான கர்னல் அபோந்தே. அதை என் தம்பி லூயிஸ் என்ரிகேவும் ஆமோதித்தான்.

ஒருமுறை வாத்தியக் குழுவினரிடம் ஏற்பட்ட தகராறை அடுத்து ஓர் இரவு முழுவதும் அவனை அந்த அறையில் போட்டுப் பூட்டி வைத்திருந்தனர். ஆனால் பெரிய மனதுடன், மூலாத்தோ பெண் ஒருத்தியையும் அவனுடன் தங்க அனுமதித்திருந்தார் மேயர். காலை எட்டுமணி வாக்கில் விகாரியோ சகோதரர்களும் மேயரின் கூற்று உண்மைதான் என்பதை உணர்ந்திருக்கக் கூடும். அப்போது அவர்கள் அராபியர்களிடமிருந்து மிகவும் பாதுகாப்பாக உணர்ந்தனர். தங்கள் கடமையை முடித்த பெருமையினால் உண்டான திருப்தியும் அவர்களுக்கு ஏற்பட்டிருந்தது. அவர்களுக்கு கவலையுண்டாக்கிய ஒரேவிஷயம் மாறாத அந்த வாசனைதான். நிறையத் தண்ணீரும் சலவை சோப்பும் துண்டுத் துணிகளும் கேட்டுப் பெற்றனர். தங்கள் கைகளிலும் முகங்களிலும் இருந்த ரத்தத்தைக் கழுவித் துடைத்தனர்; சட்டைகளைத் துவைத்தனர். இருந்தும் அவர்களுக்கு நிம்மதியில்லை. பெத்ரோ விகாரியோ மலமிளக்கிகளும், சிறுநீர் பிரிய உதவும் மாத்திரைகளும் தன் குறியைச் சுற்றியிருந்த துணியை மாற்றவேண்டி ஒரு சுற்று கட்டுத்துணியும் கேட்டுப் பெற்றுக்கொண்டான். காலையில் இரண்டு முறை கொஞ்சமாக அவனுக்கு சிறுநீர் பிரிந்தது. பொழுது போகப்போக அங்கிருப்பது அவனுக்கு நரகவேதனையாக இருந்தது. இப்போது அந்த வாசனை இரண்டாம் பட்சமாகி விட்டது. மதியம் மணி இரண்டானபோது கடூரமான வெயில் அவர்களைக் களைத்துப்போகச் செய்திருக்க வேண்டும். பெத்ரோ விகாரியோவால் தொடர்ந்து படுத்திருக்க முடியவில்லை, களைத்துப்போயிருந்த

காரணத்தால் எழுந்துநிற்கவும் முடியவில்லை. அடிவயிற்றின் கீழாகத் தொடையிடுக்கில் உண்டான வலி அவனது தொண்டையை எட்டியது. சிறுநீர் சுத்தமாக அடைபட்டுவிட்டது. இனி தன் வாழ்நாளில் எப்போதுமே தான் தூங்கமுடியாது என்கிற அச்சமூட்டும் உண்மையை உணர்ந்து அவன் வேதனைப்பட்டான். “நான் பதினோரு மாதங்கள் தொடர்ந்து விழித்திருந்தேன்” என்று அவன் என்னிடம் சொன்னான். அவனைப்பற்றி எனக்கு நன்றாகத் தெரியும். அவன் சொன்னது உண்மையாகத்தான் இருக்க வேண்டும். அவனால் மதியம் சாப்பிட முடியவில்லை. பாப்லோ விகாரியோ தன் பங்குக்குக் கொஞ்சம் கொறித்தான். பதினைந்து நிமிடம் கழித்து அவனுக்கு மோசமான வயிற்றுப்போக்கு ஆரம்பித்தது. மாலை ஆறுமணியளவில், சந்தியாகோ நாஸாரின் உடல் பிரேதப் பரிசோதனை செய்யப்பட்டுக்கொண்டிருந்தபோது, மேயர் அவசரம் அவரசமாக சிறைச்சாலைக்கு வரவழைக்கப்பட்டார். தன் சகோதரனுக்கு உணவில் விஷம் வைக்கப்பட்டிருக்க வேண்டும் என்று நிச்சயமாகச் சொன்னான் பெத்ரோ விகாரியோ. “என் கண் முன்னாலேயே அவன் கரைந்து கொண்டிருந்தான்” என்று பெத்ரோ விகாரியோ என்னிடம் சொன்னான். “அது அந்தத் துருக்கியர்கள் செய்த சதியாகத்தான் இருக்கமுடியும் என நினைப்பதைத் தவிர எங்களுக்கு வேறு வழியில்லை.” அதற்குள்ளாகவே நகர்த்திச் செல்லக்கூடிய வகையில் அமைந்த அந்தக் கழிப்பறையை பாப்லோ விகாரியோ இரண்டுமுறை நிரப்பிவிட்டிருந்தான். காவலுக்கு இருந்த போலீஸ்காரனுடன் ஆறுமுறை நகர்மன்ற கழிப்பறைக்கும் சென்று வந்திருந்தான். கர்னல் அபோந்தே குறுகிய இடத்தில் நிறுத்திவைக்கப்பட்டிருந்த கதவற்ற கழிப்பறைக்குள் தண்ணீர் தண்ணீராய் மலம் போனபடி அவன் அமர்ந்திருப்பதைப் பார்த்தார். உணவில் விஷம் வைக்கப்பட்டிருக்க வேண்டும் என்பதை நம்ப இடமிருப்பதை உணர்ந்தார். ஆனால் அவர்கள் பூரா விகாரியோ கொடுத்தனுப்பிய உணவையும் தண்ணீரையுமே அவன் அருந்தினான் என்பது உறுதியானபோது அந்த சந்தேகத்திற்கே இடமில்லாமல் போனது. இருப்பினும் விசாரணை நீதிபதி வந்து ரியோஹாச்சாவிலிருக்கும் மையக் கண்காணிப்பு வட்டச் சிறைக்கு அவர்களை அனுப்பும் வரை விசேஷக் காவலின் கீழ் அவர்களைத் தன் வீட்டிலேயே வைத்திருக்க மேயர் முடிவுசெய்தார்.

தெருக்களில் காணப்பட்ட நிலைமையே அவர்களை அவ்வாறு அச்சம்கொள்ள வைத்தது. அராபியர்கள் வஞ்சம் தீர்க்க முயலுவார்கள் என்பதை மறுக்க முடியாதுதான். ஆனால், அது உணவில் விஷம்வைக்கக் கூடிய அளவுக்கு இருக்கும் என்று விகாரியோ சகோதரர்களைத் தவிர வேறு யாருக்கும் தோன்றவில்லை. இரவுவரை காத்திருந்து இருட்டில் வந்து பெட்ரோலை ஊற்றிக் கைதிகளது அறையை அவர்கள் எரித்துவிடக் கூடும் என்றே பரவலாக எதிர்பார்க்கப்பட்டது. அதுகூட வெறும் யூகம்தான். இந்த நூற்றாண்டின் துவக்கத்தில் மிக வறியதும் உள்ளடங்கியதுமான கரீபிய நகரங்களில் குடியேறிய அராபியர்கள் அமைதி விரும்பிகள். அவர்கள் வண்ணத்துணிகளையும் மலிவுவிலை ஆபரணங்களையும் வியாபாரம் செய்து வந்தனர். தீவிர இனப்பற்று கொண்டவர்கள். தங்களுக்குள்ளேயே அவர்கள் திருமணம் செய்துகொண்டனர். கோதுமையை இறக்குமதி செய்துகொண்டனர். கடின உழைப்பாளிகள். கத்தோலிக்கர்கள்.

வீட்டு வாசல்களில் ஆடுகளை வளர்த்தனர். ஓரிகானோவையும் கத்தரிச்செடிகளையும் பயிரிட்டனர். சீட்டு விளையாடுவதே அவர்களது ஒரே பெருவிருப்பமாக இருந்தது. முதியவர்கள் தாய்நாட்டிலிருந்து தங்களோடு கொண்டு வந்த பழைய அராபிய மொழியிலேயே பேசினர். அம்மொழியை அடுத்த தலைமுறை வரை குலையாமல் கொண்டு சேர்த்தனர். ஆனால் சந்தியாகோ நாஸார் தவிர்த்து, மூன்றாம் தலைமுறையைச் சார்ந்த இளையவர்கள் அராபியமொழியில் தங்கள் பெற்றோர் பேசுவதைப் புரிந்துகொண்டு ஸ்பானிய மொழியில் பதிலளித்தனர். நாங்கள் எல்லாருமே காரணமாக அமைந்த ஒரு கொலைக்கு வஞ்சம் தீர்க்கவென, அவர்கள் தங்களது பாரம்பரிய அமைதிக் குணத்தைக் கைவிட்டுக் கிளம்பி வருவார்கள் என்பது நம்பமுடியாததாக இருந்தது. ப்ளாஸிதா லினேரோவின் குடும்பத்தினர் பழிவாங்கலில் ஈடுபடக்கூடும் என்பது நினைத்துப் பார்க்க முடியாததாக இருந்தது. தங்கள் சொத்தெல்லாம் அழிந்து தீரும்வரையிலும் விடாப்பிடியாகப் போராடக்கூடிய குணம் கொண்ட குடும்பம் அது. அது மட்டுமல்லாமல் அவர்களது உப்பைத் தின்று வளர்ந்த, நன்றி விசுவாசமுள்ள இரண்டுக்கும் மேற்பட்ட கொலைக்கூலிகள் அவர்களிடம் இருந்தனர்.

இத்தகு வதந்திகளால் கலவரமடைந்த கர்னல் அபோந்தே ஒவ்வொரு அராபிய குடும்பமாகச் சென்று பேசினார். இந்தமுறை அவர் கணிப்புச் சரியாக இருந்தது. பீதியும் வருத்தமும் கொண்டவர்களாய் அவர்கள் தங்கள் பலிபீடங்களில் துக்கம் அனுஷ்டிக்கும் அடையாளங்களை அமைத்திருந்தனர். சிலர் தரையில் அமர்ந்து அழுது புலம்பிக்கொண்டிருந்தனர். யாரிடமும் பழிதீர்க்கும் எண்ணம் இருப்பதாகத் தோன்றவில்லை. அன்று காலையில் நடந்ததெல்லாம் கொலைச்செய்தியைக் கேட்ட மாத்திரத்தில் உண்டான கோபத்தால் ஏற்பட்ட தற்காலிக விளைவுதான் என்றும் எப்படிப் பார்த்தாலும் நிலைமை கட்டுமீறிப்போக வாய்ப்பில்லையென்றும் அச்சமூகத்தின் தலைவர்களே தெரிவித்தனர். எல்லாவற்றுக்கும் மேலாக, அவர்களின் குலத் தலைவியான நூறு வயது மூதாட்டி சூசன்னா அப்தலா சொன்னபடி பிரகாசமான வண்ணங்களையுடைய கொடிப்பூக்களான பேஷன் பூக்களின் சாறெடுத்து பாப்லோ விகாரியோவுக்குக் குடிக்க நிறையக் கொடுத்தபிறகே அவனது வயிற்றுப்போக்கு நின்றது. அவள் சொன்ன சாராயமும் மூலிகைகளது சாறும் கலந்த பிரசித்திபெற்ற பச்சைநிற அப்ஸிந்த் கஷாயம் தந்தபிறகே அவன் சகோதரன் பெத்ரோ விகாரியோவின் நீர்ச்சுருக்கு நீங்கி லகுவாக திரவம் பாய்ந்து வெளிவந்தது. பிறகு பெத்ரோ விகாரியோ உறக்கமற்ற ஒருவித மயக்க நிலையில் ஆழ்ந்தான். வயிற்றுப்போக்கு குணமடைந்த அவன் சகோதரனோ முதன்முறையாக எவ்வித மனச்சங்கடமும் இன்றி நன்றாகத் தூங்கத் தொடங்கினான். அவர்களுக்கு விடைகொடுக்க வேண்டி செவ்வாய்க்கிழமை காலை மூன்று மணிக்கு மேயர் அவளை அழைத்து வந்தபோது மேற்சொன்ன நிலையிலேயே பூரிஸிமா விகாரியோவும் அவர்களைக் கண்டாள்.

கர்னல் அபோந்தே சொன்னதன் பேரில், மூத்த சகோதரிகள் மற்றும் அவர்களின் கணவர்கள் உட்பட, முழுக் குடும்பமுமே ஊரைவிட்டுக் கிளம்பியது. பொதுமக்களிடையே பரபரப்பு அடங்கியிருந்ததைப்

பயன்படுத்திக்கொண்டு யாருக்கும் தெரியாமல் அவர்கள் கிளம்பியபோது எவ்விதத்திலும் சீர்செய்ய இயலாத அந்நாளின் சம்பவங்களைத் தாங்கிக்கொண்டு விழித்திருந்த நாங்கள் சிலபேர் மட்டும் சந்தியாகோ நாஸாரை அடக்கம் செய்தோம். நிலைமை சரியாகும்வரை அவர்கள் ஊரைவிட்டு வெளியேறி இருக்குமாறு மேயர் சொன்னதன் பேரில் அவர்கள் புறப்பட்டனர். ஆனால் கடைசிவரை அவர்கள் ஊர் திரும்பவில்லை. முகத்திலிருந்த கீறல்களை யாரும் பார்க்காதபடிக்குக் கணவனால் விலக்கப்பட்ட தன் மகளின் முகத்தைத் துணியால் மூடி அழைத்துச் சென்றாள் பூரா விகாரியோ. தன் ரகசியக் காதலனுக்காகத் துக்கம் ஏதும் அனுஷ்டிக்கிறாளோ என அடுத்தவர்கள் சந்தேகிக்காத வண்ணம் அவளுக்குப் பளிச்சென்ற சிவப்பு நிற ஆடையை உடுத்தியிருந்தாள். கிளம்பும் முன் அவள் அமாதோர் பாதிரியாரிடம் சென்று தன் மகன்களுக்குப் பாவமன்னிப்பு அருளும்படி கேட்டுக்கொண்டாள். ஆனால், மன்னிப்பு பெறும் அளவுக்கு தாங்கள் எந்தப் பாவமும் செய்யவில்லை என்று சொல்லி அதற்கு பெத்ரோ விகாரியோ மறுத்துவிட்டான். பாப்லோவையும் தன் சொல்லைக் கேட்க வைத்தான். குடும்பத்தில் அவர்கள் இருவர் மட்டுமே தனித்துவிடப்பட்டனர். அவர்களை ரியோஹாச்சா சிறைக்கு மாற்ற இருந்த அன்று நன்றாக உடம்பு தேறியிருந்தனர். தங்கள் குடும்பத்தினர் சென்றதுபோல தாங்கள் இரவில் செல்ல விரும்பவில்லை, தாங்கள் செய்தது சரி என்பதால் பட்டப்பகலில் அனைவரும் தங்கள் முகத்தைக் காண வெளிப்படையாகத் தாங்கள் அழைத்துச் செல்லப்பட வேண்டும் என்பதில் அவர்கள் உறுதியாக இருந்தனர். அவர்களது தந்தை போன்ஸியோ விகாரியோ சிறிது காலத்திலேயே காலமானார். "அவருடைய தார்மீக வேதனை அவரது வாழ்வை முடித்துவிட்டது" என்று ஆங்கெலா விகாரியோ என்னிடம் சொன்னாள். குற்றமற்றவர்கள் என்று விடுதலை செய்யப்பட்டபோது அந்த இரட்டையர்கள் இருவரும் ரியோஹச்சாவிலேயே தங்கிவிட்டனர். அங்கிருந்து அவர்கள் குடும்பத்தினர் வசித்துவந்த மனௌரிக்கு ஒருநாள் பயணத் தொலைவுதான். ப்ரூதென்ஸியா கோதெஸ் அங்கேயே சென்று பாப்லோ விகாரியோவைத் திருமணம் செய்துகொண்டாள். தன் தந்தையின் கடையிலிருந்தபோது விலைமிக்க உலோகங்களில் ஆபரணங்கள் செய்வதைக் கற்றுக்கொண்டிருந்த அவன் பின்னாளில் அற்புதமான ஒரு பொற்கொல்லன் என்று பெயரெடுத்தான். காதலியோ வேலையோ இல்லாத பெத்ரோ விகாரியோ மூன்று ஆண்டுகளுக்குப் பிறகு திரும்பவும் ராணுவத்தில் சேர்ந்து சார்ஜெண்ட் ஆவதற்கான முதல் நிலைக்கு பதவி உயர்வு பெற்றான். ஒரு அழகான காலைப் பொழுதில் ஆபாசப் பாட்டுக்களைப் பாடியவாறே கொரில்லாக்களது பிரதேசத்துக்குள் அவனது படைப்பிரிவு நுழைந்தது. அதன்பிறகு அதைப்பற்றி எந்தத் தகவலுமில்லை.

பெரும்பான்மை மக்களது கணிப்புப்படி நடந்த சம்பவங்களால் பாதிக்கப்பட்ட ஒரே ஆள் பயார்தோ சான் ரோமான்தான். அந்தத் துன்பியல் நாடகத்தின் பிற பிரதான பாத்திரங்கள் யாவருமே விதிப்படி தங்களது பங்கைக் கௌரவத்துடனும் அதேநேரம் ஒருவித பெருமையுடனும் செய்து முடித்தோம் என்றே உண்மையில் கருதினர். சந்தியாகோ நாஸார்

தான் செய்த தவறுக்கு உண்டான தண்டனையைப் பெற்றுக்கொண்டான். விகாரியோ சகோதரர்கள் தாங்கள் உண்மையான ஆண்கள் என்பதை நிரூபித்தனர். ஏமாற்றப்பட்ட பெண்ணோ தான் இழந்த மானத்தை மீண்டும் பெற்றவளானாள். கடைசியில் எல்லாவற்றையுமே இழந்து நின்றவன் பயார்தோ சான் ரோமான்தான். "பாவம் பயார்தோ" பல வருடங்களுக்கு மக்கள் அவனைப் பற்றிப் பேசுகையில் இப்படித்தான் குறிப்பிட்டனர். இருந்தும், அத்துயரச் சம்பவம் நிகழ்ந்த தினத்தையடுத்து வந்த, சந்திர கிரகணம் நிகழ்ந்த, அந்த சனிக்கிழமை வரை யாரும் அதைப்பற்றி நினைத்துக்கூடப் பார்க்கவில்லை. அன்றைய தினம் தனது பழைய வீட்டின் மீதாக ஒளிர்ந்தபடி பறவையொன்று பறந்ததைப் பார்த்ததாகவும் அது தனதுமனைவியின் ஆத்மா என்றும் தனக்குச் சொந்தமானதைக் கேட்டு அந்த ஆத்மா வந்ததாகவும் மனைவியை இழந்தவரான சையுஸ் மேயரிடம் சொன்னார். இதைக்கேட்ட மேயர் தன் தலையில் அடித்துக்கொண்டார். அதற்குக் காரணம் முதியவரான சையுஸின் பார்வை குறித்து அவருக்கு எழுந்த சந்தேகம் அல்ல.

"அடச்சே!" அவர் கத்தினார், "அந்த பாவப்பட்ட மனிதனை சுத்தமாக மறந்து போனேனே."

தன்னுடன் ரோந்துக் காவலர்கள் சிலரை அழைத்துக்கொண்டு குன்றின்மீது ஏறிச்சென்றார். அந்தப் பண்ணைவீட்டின் முன்னால் மேற்புறத் துணிக்கூரை மடித்துவைக்கப்பட்ட நிலையில் கார் அப்படியே நின்றுகொண்டிருந்தது. படுக்கையறையில் மட்டும் ஒரேயொரு விளக்கு எரிந்துகொண்டிருந்தது. அவர் கதவைத் தட்டியபோது உள்ளிருந்து எந்தப் பதிலுமில்லை. எனவே பக்கக் கதவு ஒன்றை உடைத்து உள்ளே நுழைந்து அறைகளில் தேடினர். உள்ளொடுங்கி வெளிப்பட்ட கிரணத்தின் ஒளியில் அந்த அறைகள் ஒளியூட்டப்பட்டிருந்தன. "பொருட்களனைத்தும் நீருக்கடியில் இருப்பது போலத் தோன்றின" என்று மேயர் என்னிடம் சொன்னார். பூரா விகாரியோ செவ்வாய்க்கிழமை காலை அவனைப் பார்த்த கோலத்திலேயே, கால்சராய் மற்றும் பட்டுச் சட்டையுடன், ஆனால் சப்பாத்துக்களைக் களைந்துவிட்டு, படுக்கையில் சுயநினைவின்றிக் கிடந்தான் பயார்தோ சான் ரோமான். தரையில் நிறைய காலி மதுப்புட்டிகளும் படுக்கையில் அதைவிட அதிக எண்ணிக்கையில் திறக்கப்படாத மதுப்புட்டிகளும் காணப்பட்டன. உணவு உண்டதற்கான அறிகுறி எதுவுமில்லை. "மதுவில் அடங்கியிருக்கும் எத்தில் விஷப் பொருளால் முழுமையாகப் பீடிக்கப்படுவதன் விளிம்பில் இருந்தான்" என்று அவனுக்கு அவசர சிகிச்சையளித்த டாக்டர் தியோனிஸியோ ஈகுவாரான் என்னிடம் சொன்னார். சில மணிநேரங்களிலேயே அவன் சாதாரண நிலைக்குத் திரும்பிவிட்டான். சுயநினைவை அடைந்ததுமே தன்னால் இயன்ற அளவு நாசூக்காகப் பேசி அவர்கள் அனைவரையும் வீட்டிலிருந்து வெளியேற்றினான்.

"யாரும் என்னுடன் உறவு கொள்வதில்லை" என்று அவன் சொன்னான், "பல யுத்தங்களைக் கண்ட போர்வீரனுக்கான விரைகளைக் கொண்ட என் தந்தைகூட."

அவசரம் அவசரமாக ஜெனரல் பெத்ரோனியா சான் ரோமானுக்கு, நடந்தது ஒன்றுவிடாமல் அவர் மகன் பேசியதில் ஒரு வார்த்தை குறையாமல் திகிலூட்டும் ஒரு தந்தி மூலம் தெரிவித்தார் மேயர். ஆனால் அவர் வரவில்லை. காரணம், தன் மகனது ஆசைகளை அவர் முழுக்கப் புரிந்துகொண்டிருக்க வேண்டும். தன் மனைவியையும் மகள்களையும் கூடவே அவரது சகோதரிகள் போலத் தோன்றிய வயதான பெண்கள் இருவரையும் அனுப்பிவைத்தார். சரக்குகளை ஏற்றிவரும் படகில் அவர்கள் வந்தார்கள். பயார்தோ சான் ரோமானுக்கு நடந்த துரதிருஷ்டம் பற்றி அறிந்து அவர்களது கழுத்துவரை துக்கம் நிரம்பியிருந்தது. துக்கத்தில் அவர்கள் தலைமயிரை விரித்துப் போட்டிருந்தனர். படகை விட்டிறங்கித் தரையை அடைந்ததுமே தங்கள் காலணிகளைக் கழற்றிவிட்டு மதியப்பொழுதின் வெப்பத்தில் கொதித்துக் கிடந்த புழுதித் தரையில் வெறுங்கால்களுடன் நடந்தே குன்றின் உச்சியை அடைந்தனர். தலையிலிருந்து சிறு கொத்துகளாக மயிரை வேருடன் பிடுங்கியெறிந்தபடியும் அவர்கள் சந்தோஷத்தில் இருக்கிறார்களோ என ஒருவர் எண்ணும்படிக்கு உச்சஸ்தாயியில் கீச்சொலியில் அழுது புலம்பியபடியும் சென்றனர். மக்தலேனா ஆலிவர் வீட்டுப் பால்கனியில் இருந்தபடி அவர்கள் போவதை நான் பார்த்துக்கொண்டிருந்தேன். இதுபோன்ற துக்கங்கள் அத்துக்கங்களைக் காட்டிலுமான பெருத்த அவமானங்களை மறைக்கவே பயன்படுகின்றன என்று அப்போது என் மனதில் தோன்றிய எண்ணம் இப்போதும் நினைவுக்கு வருகிறது.

கர்னல் லாஸரோ அபோந்தேயும் அவர்களோடு குன்றின் உச்சிக்குச் சென்றார். அவசர காலத்தில் பயன்படுத்தவென்று வைத்திருந்த கோவேறு கழுதை மீதேறி டாக்டர் தியோனிஸியோ ஈகுவாரானும் உடன் சென்றார். வெயில் தாழத் தொடங்கியபோது நகராட்சி ஊழியர்கள் இருவர் ஒரு நீண்ட தடியில் கட்டப்பட்ட ஏணையில் வைத்துப் பயார்தோ சான் ரோமானை தூக்கிக் கொண்டுவர பின்னாலேயே பெண்கள் கூட்டமாக அழுதுகொண்டு வந்தனர். அவன் உடல் கழுத்துவரை போர்வையால் மூடப்பட்டிருந்தது. மக்தலேனா ஆலிவர் அவன் இறந்துவிட்டதாகவே நினைத்தாள்.

"எப்பேர்ப்பட்ட விரயம்!" என்று அவள் உரக்கச் சொன்னாள்.

மதுவினால் மீண்டும் அவன் சுயநினைவை இழந்திருந்தான். ஆனால், அவர்கள் ஒரு உயிருள்ள மனிதனைத்தான் சுமந்து செல்கிறார்கள் என நம்புவது கடினமாக இருந்தது. காரணம், அவனது வலதுகை ஏணையிலிருந்து வெளியே தொங்கியபடி தரையைத் தேய்த்துக்கொண்டு வந்தது. அவன் அம்மா அந்தக் கையை எடுத்து ஏணைக்குள் வைப்பாள். மறுபடியும் அது வெளியே வந்து தொங்கும். இதனால் குன்றின் சரிவு முகட்டிலிருந்து படகுத்துறை வரை அவர்கள் சென்ற வழியெங்கும் அவன் கை தரையிலொரு நீண்ட தடத்தை ஏற்படுத்தியிருந்தது. தன்னை நினைவூட்டும் வகையில் அவன் விட்டுச் சென்ற ஒரே விஷயம் அதுதான்: அநியாயமாகப் பாதிக்கப்பட்ட ஒருவனைக் குறித்த நினைவு.

பண்ணை வீட்டில் உள்ளது உள்ளபடியே அவர்கள் விட்டுச் சென்றிருந்தனர். கோடை விடுமுறைக்கு வந்திருக்கும்போது நன்றாகக்

குடித்துக் கும்மாளமிடும் இரவுகளில் நானும் என் தம்பியும் குன்றின் மீதேறிச் சென்று அவ்வீட்டுக்குள் என்ன இருக்கிறதென்று ஆராய்ந்து பார்ப்போம். ஒவ்வொரு முறையும் கைவிடப்பட்ட அவ்வீட்டின் அறைகளில் இருக்கும் மதிப்புமிக்க பொருட்களின் எண்ணிக்கை குறைந்துகொண்டே வருவதைக் கண்டிருக்கிறோம். ஒருமுறை திருமண இரவன்று ஆங்கெலா விகாரியோ தன் அம்மாவைக் கொடுத்தனுப்பச் சொல்லிக் கேட்டிருந்த அந்தத் துணிகளை வைக்க உதவும் தோலாலான சிறு பையினைக் கண்டெடுத்தோம். அது பற்றி நாங்கள் விசேஷ அக்கறை ஏதும் கொள்ளவில்லை. அதனுள்ளே சாதாரணமாக ஒரு பெண் தன்னைச் சுத்தமாகவும் அழகாகவும் வைத்திருக்கப் பயன்பட்ட பொருட்களே இருப்பதாகத் தோன்றியது. அந்தப் பொருட்களைக் கொண்டுதான் தன் குட்டு வெளிப்படாமல் கணவனை எப்படி ஏமாற்றுவதென்ற தந்திரத்தை அவளுக்கு அறிவுரை கூறிய அந்தக் கைதேர்ந்த பெண்கள் கற்றுத் தந்திருந்தனர் என்பதைப் பல வருடங்கள் கழித்து ஆங்கெலா விகாரியோ என்னிடம் சொன்னபிறகே அவற்றின் உண்மையான பயன் என்னவென்று எனக்குத் தெரியவந்தது. திருமணமாகி ஐந்து மணி நேரத்துக்குத் தன் புகுந்த வீடாயிருந்த அந்த வீட்டில் அவள் விட்டுவந்த ஒரே தடயம் அதுதான்.

இந்தப் பதிவுக்கு உதவக்கூடிய ஏதேனும் அங்கு கிடைக்குமா எனத்தேடி மீண்டும் அவ்வீட்டுக்கு வந்தபோது அங்கு யோலந்தா சையுஸ் கொண்டிருந்த சந்தோஷத்தின் எச்சங்களைக்கூடக் காணமுடியவில்லை. கர்னல் லாஸரோ அபோந்தேயின் கடுமையான கண்காணிப்பையும் மீறி பொருட்கள் கொஞ்சம் கொஞ்சமாக மறைந்துகொண்டிருந்தன. கதவு வழியே உள்ளே கொண்டு வர முடியாது என்பதால் மோம்பாக்ஸைச் சேர்ந்த புகழ்பெற்ற தச்சுக் கலைஞனை அழைத்து வந்து வீட்டுக்குள்ளேயே கட்டமைக்கப்பட்ட, ஆறு கண்ணாடிகள் பதிந்த பெரிய அலமாரியையும் கூடக் காணவில்லை. தன் மனைவிதான் ஆவியாக வந்து தனக்குச் சொந்தமானவற்றையெல்லாம் எடுத்துச் செல்வதாக துவக்கத்தில் ஆனந்தப்பட்டார் சையுஸ். கர்னல் லாஸரோ அபோந்தேவோ அவரைக் கேலி செய்தார். பிறகு பொருட்கள் காணாமல் போகும் மர்மத்தை அறியமுடியாமல் போகவே ஆவிகளோடு பேசும் சடங்கை நடத்துவதென முடிவு செய்தார். அப்போது வரவழைக்கப்பட்ட யோலந்தா சையுஸின் ஆவி, தான் மரணமடைந்த வீட்டிலிருந்து ஒருகாலத்தில் தன் மகிழ்ச்சிக்குக் காரணமாக இருந்த பொருள்களை எடுத்துச் செல்வது தான்தான் எனத் தனது கைப்பட எழுதிக்காட்டியது. வீடு இற்றுவிழத் தொடங்கியது. கதவருகே நின்றுகொண்டிருந்த நிலையிலேயே அந்தக் காரும் சிதிலமுற்றது. மழையிலும், வெயிலிலும், பனியிலும் அடிபட்டு உருக்குலைந்த அதன் உட்கூட்டைத் தவிர்த்து எதுவும் மிஞ்சியிருக்கவில்லை. பல வருடங்களுக்கு வீட்டின் சொந்தக்காரனைப் பற்றி எந்தத் தகவலுமில்லை. விசாரணை அறிக்கையில் அவன் அளித்திருந்த உறுதிமொழி பதிவாகியிருந்தது. அது வழக்கம்போல அமைந்த சிறு அளவிலான உறுதிமொழி. தவிர்க்க இயலாத காரணங்களுக்காகக் கடைசி நேரத்தில் அறிக்கையின் முழுமை கருதி அதுவும் அறிக்கையில் சேர்க்கப்பட்டது. இருபத்து மூன்று வருடங்கள்

கழித்து அவனுடன் நான் பேசமுயன்ற அந்த ஒரே சந்தர்ப்பத்தில் ஒரு இறுக்கத்துடன் என்னை அவன் எதிர்கொண்டான். நடந்த சம்பவங்களில் அவன் பங்கைப் புரிந்துகொள்ள உதவும் ஒரு சிறு தகவலைக்கூட தெரிவிக்க அவன் விரும்பவில்லை. சொல்லப்போனால் அவனது குடும்பத்தினர்கூட அவனைப் பற்றி நாங்கள் அறிந்திருந்ததைக் காட்டிலும் கூடுதலாக எதையும் அறிந்திருக்கவில்லை. திருமணம் செய்துகொள்ள ஒரு பெண்ணை, அதுவும் தான் முன்பின் அறியாத ஒரு பெண்ணை, தேடிவந்தான் என்ற வெளிப்படையான காரணம் தவிர்த்து, சற்றும் பொருத்தமில்லாத வகையில் அமைந்த ஒரு நகரத்துக்கு அவன் வந்ததற்கான காரணங்கள் வேறென்னவாக இருக்க முடியும் என்பதைக்கூட அவனது குடும்பத்தினர் அறிந்திருக்கவில்லை.

ஆனால், ஆங்கெலா விகாரியோ பற்றி அவ்வப்போது தொடர்ச்சியாக எனக்குத் தகவல்கள் வந்துகொண்டிருந்தன. அச்செய்திகள் வழி என்னுள் அவளைப்பற்றிய மதிப்புமிகுந்த சித்திரம் ஒன்று உருவாகியிருந்தது. அங்கே இன்னும் எஞ்சியிருந்த சிலை வழிபாட்டினரை மதம் மாற்றுவதற்காகக் கன்னிகாஸ்திரீயான என் சகோதரி மேல் குஜிரா பக்கம் சென்று வந்துகொண்டிருந்தாள். அவள் அம்மா அவளை உயிருடன் புதைத்துவிட முயன்ற, கரீபிய உப்பினால் வெந்து கிடந்த மண் நிரம்பிய அக்கிராமத்தில் ஆங்கெலா விகாரியோவைப் பார்த்துப் பேசுவதை வழக்கமாகக் கொண்டிருந்தாள் என் சகோதரி. “உன் அத்தை மகள் உன்னைப் பற்றி விசாரித்தாள்” என்று ஒவ்வொரு முறையும் என் சகோதரி என்னிடம் சொல்வாள். அங்கு அவர்கள் குடியேறிய ஆரம்ப வருடங்களில் அங்கு சென்றுவந்த என் சகோதரி மார்கோத், அவள் பெரிய வாசலும் உள்ளே நல்ல காற்றோட்டமும் கொண்ட உறுதியான வீடொன்றை வாங்கியிருந்ததாகக் கூறினாள். அந்த வீட்டில் ஒரேயொரு பிரச்சனைதான். அலைகள் உயர்ந்து இரவுகளில் கழிப்பறைகளுக்குள் நீர் வந்துவிடும். காலையில் படுக்கையறையில் மீன்கள் துள்ளிக்கொண்டிருக்கும். அந்த நேரத்தில் அவளைப் பார்த்தவர்கள் அவள் தன் கவனம் முழுமையையும் பூத்தையல் வேலை செய்வதில் செலுத்தியிருந்ததையும் அவ்வேலையில் மிகுந்த திறமை பெற்று விளங்கியதையும் ஒப்புக்கொண்டனர். அவள் அந்த வேலையில் ஈடுபடுவதன் வாயிலாகவே நடந்தவற்றையெல்லாம் மறக்க முயன்றுகொண்டிருந்தாள்.

வெகுநாட்களுக்குப்பின் குஜிராவின் நகரங்களில் கலைக்களஞ் சியங்களையும் மருத்துவப் புத்தகங்களையும் விற்பதன் வழி என்னையே நான் புரிந்துகொள்ள முயன்றுகொண்டிருந்த எந்தத் திட்டமான குறிக்கோளுமற்ற அந்த காலகட்டத்தில் தற்செயலாக இந்தியப் பழங்குடிகளது மரண கிராமம் எனப்படும் அந்தக் கிராமம் வரை செல்லும் சந்தர்ப்பம் ஏற்பட்டது. கடலைப் பார்த்தபடி அமைந்த ஒருவீட்டின் ஜன்னலோரமாக, அந்நாளின் உச்சபட்ச வெப்பம் நிலவிய அப்பொழுதில் மஞ்சள் கலந்த வெள்ளைநிறக் கேசத்துடன், எஃகு ஃபிரேமிட்ட கண்ணாடி அணிந்து பாதி துக்க அனுஷ்டிப்பில் இருந்தபடி ஒரு பெண், இயந்திரத்தின் உதவியுடன் பூத்தையல் வேலை செய்துகொண்டிருந்தாள். அவள் தலைக்கு மேலே தொங்கிய கூண்டிலிருந்த மஞ்சள் நிற கேனரி

பறவை ஓயாது பாடிக்கொண்டிருந்தது. ஜன்னல் சட்டங்களுக்குள் ஒரு கவிதை போன்று அழகாகத் தோன்றிய அக்காட்சியைப் பார்த்தபோது அங்கிருந்த அந்தப் பெண் நான் எண்ணியிருந்த பெண்தான் என்பதை என்னால் ஏற்றுக்கொள்ள முடியவில்லை. ஏனென்றால் வாழ்வு இறுதியில் அதிகமும் மோசமான இலக்கியத்தைப் போலவே ஆகிவிடுகிறது என்பதை நம்புவதற்கு எனக்குச் சிரமமாக இருந்தது. ஆனால் அது அவள்தான். அந்த நாடகம் முடிந்து இருபத்து மூன்று வருடங்கள் கழித்து நான் பார்க்கும் ஆங்கெலா விகாரியோ. அவள் எப்போதும் என்னிடம் நடந்துகொள்வது போலவே, ஒரு தூரத்து உறவினனிடம் நடந்துகொள்வது போல, நடந்துகொண்டாள். என் கேள்விகளுக்குச் சரியாகவும் நகைச்சுவை உணர்வுடனும் பதிலளித்தாள். அவளது அறிவையும் முதிர்ச்சியையும் பார்த்தபோது அவள் அதே பழைய ஆங்கெலா விகாரியோதான் என நம்புவது கடினமாக இருந்தது. எனக்கு மிகவும் ஆச்சரியமளித்த விஷயம் என்னவென்றால் அவள் தன் வாழ்வைப் புரிந்துவைத்துக்கொண்ட விதம்தான். சில நிமிடங்களில் முதலில் அவளைப் பார்த்தபோது இருந்த வயதான தோற்றம் நீங்கி என் நினைவில் இருந்ததுபோன்ற இளமையுடன் அவள் இருப்பதாகத் தோன்றியது. இருபது வயதில் பரஸ்பர அன்பு இன்றி அவளைத் திருமணம் செய்துகொள்ளவந்த அந்த நபருக்கும் அவளுக்கும் இடையே பொதுவானதாக எந்த குணாம்சமும் இருக்கவில்லை. எரிச்சலான மனநிலையோடு முதிய வயதை எட்டியிருந்த அவள் அம்மாவோ நான் ஏதோ கையாள முடியாத ஒரு பிசாசு என்பதுபோல என்னைப் பார்த்தாள். கடந்த காலம் பற்றி எதையும் பேச அவள் மறுத்துவிட்டாள். இந்தப் பதிவுக்குப் பயன்படுத்திக்கொள்ள என் அம்மாவுடன் அவள் பேசியபோது வெளிப்பட்ட சில தொடர்பற்ற சொற்றொடர்களையும் என் நினைவிலிருந்து தோண்டியெடுத்த சிலவற்றையும் கொண்டே திருப்தியுற வேண்டியதாயிற்று. ஆங்கெலா விகாரியோவைச் சாகடிக்க என்னவெல்லாம் செய்யமுடியுமோ அதையெல்லாம் செய்தும் அவள் நினைத்தது நடக்கவில்லை. அவளது முயற்சிகள் தோற்றுப்போகக் காரணம் தன் வாழ்வில் நடந்த அந்தத் துரதிருஷ்ட சம்பவத்தை நினைத்து அவள் மகள் மருகாததுதான். அதற்கு மாறாக அவள் யாராவது அச்சம்பவம் பற்றிக் கேட்டால் எந்தத் தயக்கமும் இன்றி விலாவாரியாக விளக்கிக் கூறுவாள். ஆனால் அவள் கற்பிழந்ததற்கு உண்மையான காரணம் யார், எப்படி, ஏன் அந்தச் சம்பவம் நடந்தது என்ற விஷயத்தை மட்டும் அவள் ஒருபோதும் சொன்னதில்லை. அதற்கு சந்தியாகோ நாஸார்தான் காரணம் என அவள் சொல்லியிருந்ததை ஒருவரும் நம்பத் தயாராக இல்லை. அவனும் அவளும் இரு வேறுபட்ட உலகங்களைச் சேர்ந்தவர்கள். யாருமே அவர்கள் இருவரும் ஒன்றாகத் தனித்திருப்பதை பார்த்தது இல்லை, ஏன், அவர்கள் ஒன்றாக இருந்தே பார்த்ததில்லை. சந்தியாகோ நாஸாரின் அகங்காரம் அவளைக் கவனம் கொடுத்துப் பார்க்க அனுமதித்திருக்காது. என்னிடம் அவளைப்பற்றிக் குறிப்பிடும்போது, "உன் அசட்டு அத்தை மகள்" என்றே குறிப்பிடுவான். அதோடு அவனை நாங்கள் அந்தக் காலத்தில் சொல்வதுபோல "கோழிக்குஞ்சை அமுக்கும் பருந்து" என்றுதான் குறிப்பிடுவோம். அவன் அப்பாவைப்போல அவனும் தனியாகத்தான் நாட்டுப்புறத்துக்குப் போவான். எங்காவது கன்னி

கழியாத சின்னப் பெண்கள் சிறுபிள்ளைத் தனமாகச் சுற்றித் திரிந்தால் அந்த மொட்டுகளைத் தன் ஆசைக்குப் பயன்படுத்திக்கொள்வான். ஆனால் நகரத்தில், பதினான்கு மாதங்கள் அவனைப் பைத்தியமாக அலையவிட்ட மரியா அலெஹான்ரீனாவுடனான மூர்க்கமான உறவையும் பிறகு தான் மணம்புரியவிருந்த ஃப்ளோரா மீகெலுடனான நாகரீகமான உறவையும் தவிர்த்து அவனுக்கு வேறெந்தக் காதலுறவும் கிடையாது. தற்போது எல்லாரும் சொல்லும் ஆனால் அவ்வளவாக ஏற்றுக்கொள்ளவியலாத விளக்கம் என்னவென்றால் ஆங்கெலா விகாரியோ உண்மையிலேயே தான் காதலித்து வந்த ஒரு நபரைக் காப்பாற்றவேண்டியே சந்தியாகோ நாஸாரின் பெயரைச் சொன்னாள்; அதுமட்டுமன்றி, சந்தியாகோ நாஸார் என்று தெரிந்தால் அவனது சகோதரர்கள் அவனை எதுவும் செய்யத் துணியமாட்டார்கள் என்ற நம்பிக்கையிலேயே அவன் பெயரைச் சொன்னாள் என்பதுமாகும். இரண்டாவது முறை அவளைச் சென்று பார்த்தபோது எப்படியும் அவளிடமிருந்து உண்மையை வரவழைத்துவிட உறுதி கொண்டவனாய் வரிசையாக என் வாதங்களை அடுக்கினேன். ஆனால், பூத்தையல் வேலை செய்வதனின்றும் மெதுவாகக் கண்களை உயர்த்தியவள் என் வாதங்கள் அனைத்தும் பொடிப்பொடியாகும்படி மெதுவாகச் சொன்னாள். “நான் சொன்னதைப் பொய் என்று மட்டும் ஆக்கிவிட நினைக்காதே, அதற்குக் காரணம் அவன்தான்” என்றாள்.

மற்ற விஷயங்களை, அவளது முதலிரவில் நடந்த துயரத்தைப் பற்றிப் பேசுகையில் கூட அவள் எந்த ஒளிவு மறைவுமின்றியே பேசினாள். அவளுக்கு உபாயம் சொல்லியனுப்பிய தோழிகள் முதலில் அவள் கணவன் சுயநினைவை இழக்கும்வரை அவனைக் குடிக்கச் செய்யும்படி சொல்லியிருந்தார்கள். பிறகு மிகவும் கூச்சமாக இருப்பதாக நடித்து விளக்கை அணைக்கச் சொல்லிவிட்டு இருளில், அவள் கன்னித்தன்மை இழக்காதவள் எனக்காட்ட மிக ஆபத்தான வெள்ளைப் படிகாரம் கரைத்த நீரை, அவளது பிறப்புறுப்புக்குள் செலுத்திக்கொள்ளச் சொன்னார்கள். கன்னித்தன்மையை அறிய அவர்கள் கொடுக்கும் துணியில் மெர்குரோகுரோம் சாயத்தைப் பூசிவிட்டால் மறுநாள் காலை தன்வீட்டு வாசலில் எல்லாரும் பார்க்க அதை அவள் வைக்கலாம் எனவும் சொல்லியனுப்பியிருந்தார்கள். அவளுக்கு உபாயம் சொல்லித் தந்த அந்த வேசைப் பெண்கள் இரண்டு விஷயங்களை மறந்துவிட்டிருந்தனர். ஒன்று எவ்வளவு குடித்தாலும் பயார்தோ சான் ரோமான் சுயநினைவை இழப்பதில்லை என்பது. இரண்டாவது, எந்த உணர்ச்சியையும் வெளிக்காட்டாமலிருக்கும்படிக்கு அவள் அம்மா அவளை வளர்த்திருந்த போதிலும் ஆங்கெலா விகாரியோ உள்ளுக்குள் மனசாட்சிப்படி செயல்படும் குணம் கொண்டவள் என்பது. “அவர்கள் சொன்ன எதையும் நான் செய்யவில்லை” என்றாள் அவள். “அதைப்பற்றி நினைக்க நினைக்க அதுபோன்று தகிடுதத்தம் செய்து யாரையும் குறிப்பாகத் தன்னை மணந்துகொள்ள நேரிட்ட அந்தத் துரதிருஷ்டசாலியை ஏமாற்றக் கூடாது என்ற எண்ணம் மேலோங்கியது.” எனவே படுக்கையறையின் விளக்கை அணைக்காமல் வெளிச்சத்திலேயே அவளது ஆடைகளைக் களைந்த கணவனுக்கு அவள் மறுப்பேதும் தெரிவிக்கவில்லை. அவள் வாழ்வைக் குலைத்துப்போட்ட அச்சங்கள் எல்லாவற்றிலிருந்தும் அவள் விலகி வந்துவிட்டிருந்தாள். “அது மிகவும்

சுலபமாக இருந்தது” என்று அவள் சொன்னாள். “ஏனென்றால் நான் சாகத் தீர்மானித்திருந்தேன்.”

உண்மை என்னவென்றால், தன் மனதுக்குள்ளாக கனன்று கொண்டிருந்த நிஜமான அந்தத் துரதிருஷ்டத்தை மறைக்கவே வெளிப்படையாக அறியப்பட்ட அந்த துரதிருஷ்டம் பற்றி எந்தக் கூச்சமும் இன்றி அவள் பேசினாள். தன்னைத் தாய் வீட்டில் கொண்டு விட்ட அந்த நிமிடத்திலிருந்து என்றென்றைக்குமாக பயார்தோ சான் ரோமான் தன் வாழ்வில் நிறைந்திருப்பதாக அவள் சொன்ன அந்தக் கணத்திற்கு முன்பு வரைகூட இம்மாதிரியான ஒரு விஷயத்தை யாரும் கற்பனைகூட செய்து பார்த்திருக்க முடியாது. அது ஒரு மரண அடி. “அம்மா என்னை அடிக்க ஆரம்பித்தபோது திடீரென எனக்கு அவர் நினைவுதான் வந்தது” என்று அவள் என்னிடம் சொன்னாள். அவனுக்காகவே அந்த அடிகளை வாங்கிக் கொள்வதாக அவள் நினைத்துக்கொண்டபோது அந்த அடிகள் அவ்வளவாக வலிக்கவில்லை. தேம்பியழுதபடி உணவு அறையின் சோபாவில் படுத்திருந்தபோது அவளே ஆச்சரியமடையும் வகையில் அவனைப்பற்றி அவள் நினைத்துக்கொண்டிருந்தாள். “வாங்கிய அடிகளுக்காகவோ நடந்த சம்பவங்களை நினைத்தோ நான் அழுது கொண்டிருக்கவில்லை, அவரை நினைத்தே நான் அழுது கொண்டிருந்தேன்” என்றாள். ரத்தக்கசிவைக் குறைக்க அவள் அம்மா அவளது முகத்தில் ஆர்னிகா பட்டைகளை வைத்தபோதும் அவள் அவனைப்பற்றியே நினைத்துக்கொண்டிருந்தாள். தெருவில் கூச்சல்களும், மணிக்கூண்டிலிருந்து தீ விபத்துக்கு அடிக்கப்படும் அபாய எச்சரிக்கை மணி ஓசையும் கேட்டபோதும்கூட அவள் அவனைப்பற்றி இன்னும் அதிகமாக நினைத்துக்கொண்டிருந்தாள். அப்போது அங்கு வந்த அவள் அம்மா அவளிடம் எல்லாம் நடந்து முடிந்துவிட்டது என்றும் இனி அவள் நிம்மதியாகத் தூங்கலாம் என்றும் சொன்னாள்.

ரியோஹாச்சாவிலிருந்த மருத்துவமனையில் தன் அம்மாவின் கண்களைப் பரிசோதனை செய்துகொள்ள அவளுடன் சென்றபோதும் எவ்வித மனமயக்கமும் இன்றி அவனைப்பற்றி நீண்டநேரம் நினைத்துக்கொண்டிருந்தாள். வழியில் அவர்கள் தெல் பூவெர்தா ஹோட்டலுக்குச் சென்றனர். அதன் சொந்தக்காரன் அவர்களுக்குத் தெரிந்தவன். பூரா விகாரியோ உள்ளே சென்று மதுக்கூடத்தில் ஒரு தம்ளர் தண்ணீர் கேட்டாள். தன் மகளுக்கு முதுகு காட்டியபடி அவள் தண்ணீர் குடித்துக்கொண்டிருந்தபோது அந்த அறையைச் சுற்றிலுமிருந்த கண்ணாடிகளில் தன் நினைவுகள் பிரதிபலிப்பதைக் கண்டாள் ஆங்கெலா விகாரியோ. மூச்சுவிடவும் மறந்தவளாய்த் தன் தலையைத் திருப்பினாள். அவளைக் கவனிக்காமலேயே அவளைக் கடந்து ஹோட்டலை விட்டு அவன் வெளியேறிச் செல்வதைப் பார்த்தாள். இதயம் நொறுங்கியவளாகத் தன் அம்மாவைப் பார்த்தாள். பூரா விகாரியோ தண்ணீரைக் குடித்து முடித்து சட்டையின் கைப்பகுதியினால் வாயைத் துடைத்துக்கொண்டாள். புதிதாகக் கண்ணாடி அணிந்திருந்தவள் மதுக்கூடத்திலிருந்து தன் மகளை நோக்கிப் புன்னகைத்தாள். பிறந்ததிலிருந்து அப்போதுதான் முதல்முறையாக, அந்தச் சிரிப்பிலிருந்து

அவளை அவளுடைய இயல்பு நிலையில் கண்டுணர்ந்தாள் ஆங்கெலா விகாரியோ: தன் குறைபாடுகளுக்குத் தன்னையே அர்ப்பணித்துக்கொண்ட பரிதாபத்துக்குரிய பெண். “அடத்தூ” அவள் தனக்குள்ளேயே சொல்லிக்கொண்டாள். மிகவும் மனமுடைந்து போயிருந்ததால் திரும்ப வரும்போது சத்தம்போட்டு பாடிக்கொண்டே வந்தாள். வீட்டுக்கு வந்ததும் ஓடிச்சென்று படுக்கையில் விழுந்தவள் மூன்று நாட்கள் தொடர்ந்து அழுதுகொண்டே இருந்தாள்.

அவள் புதிதாய்ப் பிறந்திருந்தாள். “அவர்மீது நான் பைத்தியமாகிவிட்டிருந்தேன், என்னையும் அறியாமலேயே” என்றாள் என்னிடம். அவனைப் பார்க்கவேண்டுமென்றால் அவள் தன் கண்களை மூடிக்கொண்டால் போதும். கடலின் ஓசையில் அவள் அவனது சுவாசத்தை உணர்ந்தாள். படுக்கையில் அவன் உடலின் வெம்மையை உணர்ந்து நள்ளிரவில் திடுக்கிட்டு எழுவாள். அந்தவார இறுதியில் இனி வினாடி நேரமும் தன்னால் பொறுத்திருக்க இயலாது என்பதை உணர்ந்தவளாய் அவனுக்கான தன் முதல் கடிதத்தை எழுதினாள். அது சாதாரண முறையில் அமைந்த ஒரு கடிதம். ஹோட்டலில் இருந்து வெளியே வந்தபோது அவனை அவள் பார்த்ததாகவும் அவன் அவளைப் பார்த்திருந்தால் அவள் சந்தோஷப்பட்டிருப்பாள் என்றும் அதில் எழுதினாள். அவன் பதில் எழுதுவான் என்ற அவளது எதிர்ப்பார்ப்பு வீணாகியது. கிட்டத்தட்ட இரண்டு மாதம் காத்திருந்தும் பதில் வராததால் தான் முதலில் எழுதியவாறே மறைமுகத் தொனியில் இன்னொரு கடிதம் எழுதினாள். இக்கடிதத்தின் நோக்கம் அவளின் முதல் கடிதத்துக்குப் பதிலெழுதும் நாகரிகம்கூட இல்லையே என அவனைக் கடிந்து கொள்வதாக இருந்தது. ஆறுமாதங்கள் கடந்திருந்தபோது அவள் ஆறு கடிதங்கள் எழுதியிருந்தாள். ஒன்றுக்கும் பதில் இல்லை. அவை அவனிடம் போய்ச் சேர்ந்ததற்கான சான்று இருந்ததே போதும் என்று தன்னைத் தேற்றிக்கொண்டாள்.

வாழ்வில் முதல்முறையாகத் தன் தலையெழுத்தைத் தீர்மானிக்கும் பொறுப்பைத் தன் கையிலேயே எடுத்துக்கொண்ட ஆங்கெலா விகாரியோ காதலும் வெறுப்பும் பரஸ்பரம் பகிர்ந்துகொள்ளப்படக்கூடிய உணர்ச்சிகள்தாம் என்பதைப் புரிந்துகொண்டாள். கடிதம் எழுத எழுத அவளுள் இருந்த உணர்ச்சிக் கலக்கம் மேலும் மேலும் எரிந்து பொசுங்கியது. ஆனால், அவள் அம்மாவின் மீதான் குரூர மகிழ்ச்சி கலந்ததான ஒரு கசப்புணர்வும் அதிகரிக்கத் தொடங்கியது. “அவளைப் பார்த்தாலே எனக்குப் பற்றிக்கொண்டு வந்தது” என்று அவள் என்னிடம் சொன்னாள். “ஆனால் அவளைப் பார்க்கும்போதெல்லாம் தவறாமல் எனக்கு அவர் நினைவும் வந்துவிடும்.” வயது முதிர்ந்த ஒரு பெண்ணுடைய வாழ்க்கைபோல, ஒதுக்கப்பட்ட மனைவி என்ற அவப்பெயருடன் அவள் வாழ்க்கை தொடர்ந்தது. முன்பு துணியில் டூலிப் மலர்களையும் காகிதப் பறவைகளையும் தைத்து உருவாக்கிக்கொண்டிருந்தது போல இப்போது தன் தோழிகளுடன் சேர்ந்து இயந்திரத்தின் உதவியுடன் பூத்தையல் வேலை செய்துகொண்டிருந்தாள். ஆனால், அவள் அம்மா படுக்கச் சென்றபின் விடியும்வரை உட்கார்ந்து, எதிர்காலம் நிச்சயமற்றதான கடிதங்களை எழுதிக்கொண்டிருப்பாள். அவள் மிகவும் தெளிவுடன்

இருந்தாள். அடுத்தவருக்கு அஞ்சி தன் விருப்பத்தை மூடிமறைக்க அவள் தயாராயில்லை. தனக்குத் தானே எஜமானியாக தனக்கான முடிவுகளை தானே மேற்கொண்டாள். அவனுக்காகவே மறுபடியும் அவளொரு கன்னிப் பெண்ணானாள். தன்னைத் தவிர தன்மீது அதிகாரம் செலுத்த யாருக்கும் உரிமையில்லையென்றும் தன் ஆசைகளை நிறைவேற்றிக் கொள்வதைத் தவிர்த்து தனக்கு வேறு பணிகள் கிடையாது என்பதையும் அவள் உணர்ந்தவளானாள்.

அவள் தன் வாழ்நாளில் பாதிக்கும் மேலான காலத்தில், தவறாமல் வாரம் ஒரு கடிதம் எழுதி வந்தாள். “சிலநேரம் எனக்கு என்ன எழுதுவதென்றே தெரியாது, அந்தக் கடிதங்கள் அவரைப் போய்ச் சேருகின்றன என்பதே எனக்குப் போதுமானதாக இருந்தது.” அடக்க முடியாத சிரிப்புடன் இதை என்னிடம் சொன்னாள். முதலில் அக்கடிதங்கள் ஒரு பெண் தான் மணந்துகொள்ளப் போகிறவருக்கு எழுதும் குறிப்புகளாக இருந்தன. பிறகு அவை ஒரு ரகசியக் காதலியிடமிருந்து வரும் செய்திகளாக, யாரும் அறியாமல் ஒருவனது மனதைக் கவர்ந்துவிட்ட ஒருத்தி அவனுக்கு அனுப்பிய வாசனையூட்டப்பட்ட வாழ்த்து அட்டைகளாக, வியாபார சம்பந்தமான விவரங்களாக, காதல் ஆவணங்களாக, கடைசியாக அவன் திரும்பி வர வேண்டி தனக்கு மோசமான நோய் பீடித்திருப்பதாகப் பொய்யாகக் குறிப்பிட்ட கைவிடப்பட்ட ஒரு மனைவியின் தார்மீகக் கோபம் கொண்ட கடிதங்களாக அவை இருந்தன. ஒருநாள் இரவு அவள் எழுதி வைத்திருந்த கடிதத்தின் மீது மைகொட்டிவிட்டது. அதை அவள் கிழித்துப்போடவில்லை. மாறாக அதில் ஒரு அடிக்குறிப்பைச் சேர்த்து அனுப்பினாள்: “என் காதலுக்குச் சாட்சியாக என் கண்ணீர்த் துளிகளை அனுப்பி வைக்கிறேன்.” அழுது அழுது சோர்ந்த சமயங்களில் தன் பைத்தியக்காரத்தனத்தை எண்ணித் தன்னைத் தானே கேலி செய்துகொள்வாள். தபால் கொண்டுவரும் பெண்கள் ஆறுமுறை மாறினர். அவர்கள் ஆறுபேருமே அவளுக்கு இந்தப் பணியில் ஒத்துழைப்பு அளித்தனர். இவ்வளவு நடந்தும் அவள் மனதில் முயற்சியைக் கைவிட்டுவிடலாம் என்ற எண்ணம் மட்டும் ஏற்படவில்லை. இருந்தும் அவன் அவளது உன்மத்தத்தை அறியாதவனாகவே இருந்தான். அவள் எழுதிய கடிதங்கள் எல்லாம் உண்மையில் இல்லாத ஒரு நபருக்கு எழுதப்பட்டவை போலாயின.

சம்பவம் நடந்து பத்து வருடங்கள் கழித்து நன்றாகக் காற்று வீசிக்கொண்டிருந்த ஒரு காலைப் பொழுதில் அவளருகில் அவன் அம்மணமாகப் படுத்திருப்பதாக உணர்ந்து விதிர்த்து எழுந்தாள். நடுக்கம் மாறாதவளாக உடனே இருபது பக்க அளவில் அவனுக்கொரு கடிதம் எழுதினாள். சிறிதும் கூச்சமின்றி துரதிருஷ்டம் நிரம்பிய அந்த முதலிரவிலிருந்து தனக்குள் கிடந்து புழுங்கிக் கொண்டிருக்கும் கசப்பான உண்மைகளை விவரித்து எழுதினாள். அவளுடம்பில் அவன் விட்டுச்சென்ற என்றென்றைக்கும் மறையாத நகக்கீறல்களைப் பற்றி, அவனது நாவின் கரிப்புச் சுவை பற்றி, அவனது ஆப்பிரிக்க ஆணுறுப்பு ஆவேசமாக உண்டாக்கிய ஆழ்தடம் பற்றி எழுதினாள். வெள்ளிக்கிழமை மதியம் அவளுடன் சேர்ந்து பூத் தையல் வேலை செய்யவும் கடிதங்களைப் பெற்றுக்கொண்டு போகவும் வந்த தபால்காரப் பெண்ணிடம்

அக்கடிதத்தைக் கொடுத்தாள். தன் மனவலியைக் குறைக்கும் வகையில் அமைந்த அக்கடிதம் தன் வேதனையை முடிவுக்குக் கொண்டுவரும் என நம்பினாள். ஆனால் அக்கடிதத்திற்கும் பதிலில்லை. அதன் பிறகு அவள் என்ன எழுதுகிறோம் யாருக்கு எழுதுகிறோம் என்ற பிரக்ஞையின்றி கடிதங்கள் எழுதினாள். பதினேழு வருடங்களாக இடைவெளியின்றி தொடர்ந்து எழுதிக்கொண்டிருந்தாள்.

ஆகஸ்ட் மாதத்தில் ஒருநாள் நண்பகல் வேளையில் தன் தோழிகளுடன் அமர்ந்து அவள் பூத்தையல் வேலை செய்துகொண்டிருந்தபோது யாரோ கதவருகே வருவது போலிருந்தது. வருவது யாரென்று அறிய அவள் தலையை உயர்த்திப் பார்க்கவேண்டிய தேவையிருக்கவில்லை. "அவர் உடல் பருத்திருந்தது, தலைமுடிகள் கொட்டத் துவங்கியிருந்தன. அருகேயுள்ள பொருட்களைப் பார்க்க அவருக்குக் கண்ணாடி தேவையாயிருந்தது." "ஆனால், அது அவர்தான். அய்யோ அவரேதான்." அவள் அவனைப் பார்த்துக்கொண்டிருந்தது போலவே அவனும் அவளை மெய்மறந்து பார்த்துக்கொண்டிருந்ததை அறிந்து அவள் லேசாக அச்சமுற்றாள். அவன்மீது அவள் கொண்டிருந்த காதலைப் போலவே அவனும் உள்ளுக்குள் அவள்மீது காதல் கொண்டிருந்தான் என்பதையும் அவனால் தாங்கிக்கொள்ள முடியாத அக்காதல் அப்பார்வையில் மறைந்திருந்ததையும் அவள் அறியவில்லை. முதன்முதலாக அவனை அவள் சந்தையில் பார்த்தபோது இருந்ததுபோலவே அவன் சட்டை அப்போதும் வியர்வையில் நனைந்திருந்தது. அவன் அணிந்திருந்த இடுப்புவாரும் அப்போது அணிந்திருந்ததுதான். அன்று வைத்திருந்த, வெள்ளிப் பொத்தான்களால் அலங்கரிக்கப்பட்ட அதே தைக்கப்படாத முரட்டுத் தோல்பையையே வைத்திருந்தான். அதிர்ச்சியுற்றவர்களாய் நின்று கொண்டிருந்த பூத்தையல்வேலை செய்யும் ஏனைய பெண்களைச் சட்டை செய்யாமல் ஓரடி முன்னே வந்து தன் பையை தையல் எந்திரத்தின் மீது வைத்தான் பயார்தோ சான் ரோமான்.

"இதோ நான் வந்துவிட்டேன்" என்றான்.

அங்கேயே தங்கும் எண்ணத்தோடு ஒரு பெட்டி நிறைய துணிகளைக் கொண்டு வந்திருந்தான். அதே போன்ற இன்னொரு பெட்டி நிறைய அவள் அவனுக்கு எழுதிய, கிட்டத்தட்ட இரண்டாயிரம் கடிதங்கள். அவை தேதி வாரியாக அடுக்கப்பட்டு கட்டுக் கட்டாக வண்ண ரிப்பன்களைக் கொண்டு முடிச்சிடப்பட்டிருந்தன. அவற்றில் ஒன்றுகூடப் பிரிக்கப்பட்டிருக்கவில்லை.

# 5

பல வருடங்களுக்கு எங்களால் வேறு எதைப்பற்றியும் பேசமுடியவில்லை. தொடர் முறையில் அமைந்த மாறாத பல பழக்கங்களை உள்ளடக்கிய எங்களது தினப்படி அலுவல்கள் திடீரென பொதுவான ஒரு கவலையைச் சுற்றிச் சுற்றி வந்தன. தொடர்ச்சியான பல தற்செயல் நிகழ்வுகளை நாங்கள் ஒழுங்குபடுத்த முயல்வதை அதிகாலைச் சேவல்கள் பார்த்திருக்கும். அந்தத் தற்செயல் நிகழ்வுகள் அபத்தமானதையும் சாத்தியமாக்குபவை. நாங்கள் அச்செயலைச் செய்ததன் காரணம் மர்மங்களை விடுவிக்க வேண்டுமென்ற உந்துதல் அல்ல. மாறாக விதி எங்களுக்குக் கட்டளையிட்டிருந்த அந்த இடம், அந்தப் பணி இவைபற்றிய மிகச் சரியான விவரங்களை அறியாமல் எங்களில் யாராலும் தொடர்ந்து வாழ முடியாதென்ற நிலையில் நாங்கள் இருந்தோம்.

பலருக்கு அது தெரியவரவே இல்லை. பின்னாளில் புகழ்பெற்ற ஒரு அறுவைச் சிகிச்சை நிபுணனாகப் பெயரெடுத்த கிறிஸ்தோ பெதோயாவால்கூட அதைப் புரிந்துகொள்ள முடியவில்லை. பிஷப் வருவதற்கு இரண்டு மணி நேரம் முன்பு ஓய்வெடுக்க வேண்டி, அதிகாலை முதல் அவனை எச்சரிக்க வீட்டில் அவன் பெற்றோர்கள் காத்திருக்க அங்கு செல்லவேண்டுமென்று தோன்றாமல் வழக்கத்தை மீறித் தன் பாட்டி வீட்டுக்குப் போக வேண்டுமென்று தனக்கு எண்ணமேற்பட்டது எதனால் என்பதை அவனாலேயே விளங்கிக்கொள்ள முடியவில்லை. அந்தக் கொலையைத் தடுக்கத் தங்களால் ஏதேனும் செய்திருக்கமுடியும் என்றபோதிலும் அவ்வாறு செய்யாமல் போனவர்களில் பலர், மானம் சம்பந்தப்பட்ட விஷயங்கள் புனிதம் மிக்க சொந்த விஷயங்கள், தொடர்புடையவர்கள் மட்டுமே அதில் சம்பந்தப்பட வேண்டும் என்ற நொண்டிச் சாக்குச் சொல்லி தாங்கள் செய்தது சரிதான் என்று திருப்திப்பட்டுக்

கொண்டனர். "மானமே காதல்" என்று என் அம்மா சொல்லக் கேட்டேன். அவள் பார்த்தபோது ரத்தம் பட்டிராத ஆனால் ரத்தக்கறை படிந்த இரண்டு கத்திகளைக் கண்களால் கண்டதனாலேயே ஹர்தென்ஸியா பௌதே கழுவாய் தேடும் நெருக்கடியில் சிக்கித் திக்பிரமை பிடித்தவளாகிவிட்டாள். மனஉளைச்சல் தாங்க முடியாமல் ஒருநாள் அவள் நிர்வாணமாகத் தெருவில் ஓடும்படி ஆகிவிட்டது. சந்தியாகோ நாஸார் மணக்கவிருந்த ஃப்ளோரா மீகெல் வஞ்சம் தீர்ப்பவள்போல எல்லைப் படையில் லெப்டினென்டாக இருந்த ஒருவனுடன் ஓடிப்போனாள். அவன் அவளை விச்சாதாவில் ரப்பர் தொழிலாளர்களுக்கிடையே விபச்சாரம் செய்யும்படி தள்ளிவிட்டான். மூன்று தலைமுறையினரை இவ்வுலகுக்குக் கொண்டுவருவதில் பெரும் பங்காற்றிய மருத்துவச்சியான அவூரா வில்யெரோஸ் அந்தக் கொலைச் செய்தியைக் கேட்ட மாத்திரத்தில் தன் மூத்திரப் பையை ஏதோ கவ்வுவது போன்ற வலியை உணர்ந்தாள். பிறகு சாகும்வரை அவள் தனியே பொருத்தப்பட்ட குழாய் வழியேதான் சிறுநீர் கழித்தாள். எண்பத்தாறு வயதிலும் அதிசயிக்கும்படியான உடல் வலுவுடன் இருந்த க்ளோதில்தெ அர்மெந்தாவின் நல்ல கணவரான தோன் ரோஹிலியோ தெ லா ஃப்ளோர் கடைசியாக எழுந்தது அவனது வீட்டின் பூட்டிய கதவின் மீதே வைத்து சந்தியாகோ நாஸாரை எப்படி அவர்கள் கூறுபோட்டார்கள் என்பதைப் பார்க்கத்தான். அந்த அதிர்ச்சியிலிருந்து அவர் உயிரோடு மீண்டு எழுவில்லை. ப்ளாஸிதா லினேரோதான் கடைசி நிமிடத்தில் அந்தக் கதவை சாத்தித் தாழிட்டாள். ஆனால் காலப்போக்கில் தான் செய்த அந்தத் தவறினின்றும் தன்னை அவள் விடுவித்துக்கொண்டாள். "என் மகன் உள்ளே வந்துவிட்டானென்று திவினா ஃப்ளோர் நிச்சயமாகச் சொன்னதால்தான் நான் கதவைச் சாத்தினேன்" என்று அவள் என்னிடம் சொன்னாள். "ஆனால் அவள் சொன்னது உண்மையில்லை." அதோடு, சந்தியாகோ நாஸாரின் கனவில் மரங்கள் உணர்த்திய நல்ல சகுனத்தை பறவைகள் உணர்த்திய கெட்ட சகுனத்தோடு, சேர்த்துக் குழப்பிக் கொண்டதற்காகத் தன்னையே மன்னிக்கத் தயாராயில்லாத அவள் அந்தக் காலத்தில் மிக மோசமான கெட்ட பழக்கமாகக் கருதப்பட்ட மிளகுக் கீரை விதைகளை மெல்லும் பழக்கத்திற்கு அடிமையானாள்.

சம்பவம் நடந்து பன்னிரண்டு நாட்களுக்குப்பிறகு வந்த விசாரணை நீதிபதி கட்டுப்போடப்படாத காயம் போலிருந்த அந்த நகரத்துக்குத் தற்செயலாக வந்தவர்தான். மரத்தாலான அழுக்கு நகர்மன்ற அலுவலகத்தில் வெம்மையினால் ஏற்பட்ட கானல் நீருக்கு முன்பாக பீங்கான் கூஜாவில் கொண்டுவரப்பட்ட கரும்புச் சாராயம் சேர்த்த காபியை அருந்திக் கொண்டிருந்தார். ஆர்வ மிகுதியினால், நடந்த சம்பவத்தில் தாங்கள் வகித்த முக்கிய பங்குபற்றிச் சாட்சியம் சொல்ல யாரும் அழைக்காமலேயே அங்கு குவியத் தொடங்கிய ஆட்களைக் கட்டுப்படுத்த சிறப்புக் காவல் படையை அவர் வரவழைக்க வேண்டியதாயிற்று. அவர் அப்போதுதான் புதிதாகப் பட்டம் பெற்றிருந்தார். சட்டக் கல்லூரியில் அணியும் கறுப்புக் கோட்டையே இன்னமும் அணிந்திருந்தார். அவர் வாங்கிய பட்டத்தினைக் குறிக்கும் இலச்சினை கொண்ட தங்க மோதிரத்தையும் அணிந்திருந்தார். சமீபத்தில்தான் ஒரு குழந்தைக்குத் தந்தையாகியிருந்த அடையாளங்களையும்

அதையொட்டிய உணர்ச்சிப் பெருக்கையும் அவரிடம் காண முடிந்தது. அவர் பெயரை நான் தெரிந்துகொள்ளவே இல்லை. இருபது வருடங்கள் கழித்து பலரது உதவியின் மூலம் ரியோஹாச்சா நீதிமன்றத்தில் நான் பார்க்க முடிந்த விசாரணை அறிக்கையிலிருந்தே அவரைப் பற்றிய குணாதிசயங்கள் தெரிய வந்தன. இரண்டு நாட்களுக்கு சர் பிரான்சிஸ் ட்ரேக்கின் தலைமை அலுவலகமாக இருந்த, அப்போது சிதிலமடைந்து கொண்டிருந்த அந்தக் காலனீய கட்டடத்தின் தரையில் ஒரு நூற்றாண்டு கால வழக்குகளும் பலவித கோப்புகளும் எவ்வித வகைபிரிப்பும் இன்றி அடுக்கி வைக்கப்பட்டிருந்தன. அலைகள் உயர்ந்து வரும்போது அக்கட்டடத்தின் கீழ்த்தளம் முழுவதிலும் நீர் புகுந்து விடும். கட்டுறுதி செய்யப்படாத கோப்புகள் கைவிடப்பட்ட அலுவலகங்களைச் சுற்றி மிதந்துகொண்டிருக்கும். பலமுறை அந்தத் 'தோல்வியுற்ற நியாயங்களின் ஏரி'யின் கணுக்கால் அளவு தண்ணீரில் இருந்தபடி தேடியிருக்கிறேன். ஐந்து வருடங்கள் தேடிய பிறகுதான் ஐநூறு பக்கங்களுக்கு மேல் கொண்டிருந்ததாக நம்பப்பட்ட அந்த விசாரணை அறிக்கையிலிருந்து உருவப்பட்ட முன்னூற்று முப்பத்தியிரண்டு பக்கங்களை என்னால் மீட்க முடிந்தது.

நான் கண்டெடுத்த அறிக்கையின் பக்கங்கள் எதிலும் விசாரணை நீதிபதியின் பெயர் காணப்படவில்லை. ஆனால் அவர் இலக்கியத்தில் மிகுந்த ஆர்வம் கொண்டிருந்தவர் என்பது வெளிப்படையாகத் தெரிந்தது. அவர் ஸ்பானிய செவ்விலக்கியங்கள் அனைத்தையும் லத்தீன் செவ்விலக்கியங்களையும் சிலவற்றையும் படித்திருந்தார் என்பது சந்தேகத்துக்கு இடமின்றி விளங்கியது. அந்தக் காலத்தில் நீதிபதிகளிடையே மிகவும் பிரபலமாகியிருந்த நீட்சேவையும் அவர் நன்றாகக் கற்றிருந்தார். பக்கங்களின் ஓரங்களில் அவர் எழுதியிருந்த குறிப்புகள் ரத்தத்தால் எழுதப்பட்டவைபோலத் தோன்றியதற்கு எழுதப்பட்ட மையின் நிறம் மட்டும் காரணமல்ல. தற்செயலாக அவரைத் தீண்டிய புதிரின் குழப்பத்தினால் பலநேரம் தனது அறிக்கைக்கு ஒவ்வாத வகையிலும் ஒரு விசாரணை அதிகாரிக்குரிய கடுமைக்கு மாறாகவும் கவித்துவமானதொரு நடையைப் பயன்படுத்தியிருந்தார். எல்லாவற்றுக்கும் மேலாக, தெளிவாக முன்னறிவிக்கப்பட்ட ஒரு மரணம் எந்த இடையூறுமின்றி நடந்தேற வேண்டுமென்பதற்காக பல்வேறு தற்செயல் நிகழ்வுகளும் விலக்கப்பட்ட இலக்கியத்தை விதி பயன்படுத்திக்கொள்ள வேண்டுமென்பது நியாயமானதுதான் என்று ஒருபோதும் அவர் நினைக்கவில்லை.

இருந்தும் அவர் மிகச் சிரமப்பட்டு மேற்கொண்ட விசாரணையின் முடிவில் அந்தத் தவறை இழைத்தவன் சந்தியாகோ நாஸார்தான் என்பதற்கான ஒரு ஆதாரம்கூட, சொல்லப்போனால் ஒருதலைப்பட்சமான ஒரு ஆதாரம்கூடக் கிடைக்கவில்லை. இந்த ஏமாற்று வேலையில் ஆங்கெலா விகாரியோவுக்கு உதவிபுரிந்த அவள் தோழிகள் திருமணத்துக்கு முன்பே தங்களிடம் அந்த ரகசியத்தை அவள் தெரிவித்திருந்தாள் என்று நெடுநாட்களாகக் கூறிவந்தனர். ஆனால் அவள் பெயர் எதையும் சொல்லவில்லை எனவும் தெரிவித்திருந்தனர். அறிக்கையில் இப்படி இருந்தது: "அவள் அற்புதத்தைப் பற்றி மட்டுமே சொன்னாள். அதை

நிகழ்த்திய புனிதரைப் பற்றி எதுவும் சொல்லவில்லை." தன் பங்குக்கு ஆங்கெலா விகாரியோவும் அசைந்து கொடுக்கவில்லை. இறந்துபோன சந்தியாகோ நாஸாருக்கும் அவளுக்கும் உண்மையிலேயே என்ன தொடர்பு எனப் பலவிதத்திலும் நைச்சியமாகப் பேசி விசாரணை நீதிபதி கேட்டதற்கு எவ்வித உணர்ச்சியையும் வெளிக்காட்டாமல் பதில் சொன்னாள்.

"அவன்தான் குற்றவாளி."

விசாரணை அறிக்கையில் அவள் இவ்வாறுதான் சத்தியம் செய்திருந்தாள். ஆனால் அது நடந்தது எப்படி என்றோ, எங்கே என்றோ அவள் குறிப்பிட்டிருக்கவில்லை. மூன்று நாட்களே நீடித்த நீதிமன்ற விவாதங்களின்போது தன் திறமையையெல்லாம் பயன்படுத்திப் பாதிக்கப்பட்டவர் சாட்டிய குற்றத்தின் பலகீனத் தன்மையையே முக்கிய ஆதாரமாக வைத்து வாதாடினார் அரசுத் தரப்பு வழக்கறிஞர். சந்தியாகோ நாஸார்மீது குற்றம் சுமத்தப் போதுமான ஆதாரமில்லாததை உணர்ந்ததனால் விசாரணை நீதிபதிக்கு ஏற்பட்ட குழப்பம் எந்த அளவுக்கு இருந்ததென்றால் அவரது திறமையான பணி சிலநேரம் அவநம்பிக்கையினால் குலைந்ததுபோலக் காணப்பட்டது. நானூற்றுப் பதினாறாவது பக்கத்தில் ஓரமாக மருந்துக் கடைக்காரனின் சிவப்பு மை கொண்டு அவரே தன் கைப்பட எழுதினார்: "ஒருபக்கச் சார்பான ஆதாரம் ஒன்றையாவது காட்டுங்கள், நான் இந்த உலகை அசைத்துக் காட்டுகிறேன்." அவநம்பிக்கை தொனிக்கும் இந்த வாக்கியத்தின் கீழ் உற்சாகமூட்டும் வகையில் அதே ரத்த நிற மையில் அம்பு துளைத்த ஒரு இதயத்தின் படத்தை வரைந்திருந்தார். சந்தியாகோ நாஸார் சாகப்போவதற்கு சிலமணிநேரங்கள் முன்பு அவர்கள் கண்ட அவனது நடத்தையே அவன் குற்றமற்றவன் என்பதற்கான அசைக்கமுடியாத ஆதாரம் என அவனுக்கு நெருக்கமான நண்பர்கள் கருதியது போலவே அவரும் கருதினார். தன்மேல் சுமத்தப்பட்ட பழிக்கு என்ன விலை கொடுக்கப் போகிறோம் என்பதை அறிந்திருந்தபோதும் தான் சாகவிருந்த அன்று காலை சந்தியாகோ நாஸாருக்கு சந்தேகம் எதுவும் இருக்கவில்லை. பாலியல் விவகாரங்களில் எளிதில் அதிர்ச்சிக்குள்ளாகும் அவனுடைய சமூகத்தின் குணாதிசயத்தைப் பற்றியும் அவன் நன்கு அறிந்திருந்தான். அதோடு அந்த இரட்டைச் சகோதரர்களின் கபமில்லாத இயல்பு எந்த அவமானத்தையும் பொறுத்துக் கொள்ளக் கூடியது அல்ல என்பதையும் அவன் அறிந்தவனாகவே இருந்தான். பயார்தோ சான் ரோமான் பற்றி முழுவதுமாக அறிந்தவர்கள் யாருமில்லை. ஆனால், அவனது கண்ணியமான வெளித்தோற்றத்தினடியில் எல்லாரையும் போலவே அவனுக்கேயுண்டான ஒருதலைபட்சமான எண்ணங்களை அவன் கொண்டிருந்ததை அறியுமளவுக்கு சந்தியாகோ நாஸார் அவனைப் பற்றிப் புரிந்து வைத்திருந்தான். எனவே இது விஷயத்தில் அவன் கவனக்குறைவாக இருப்பது மோசமான பின்விளைவுகளை ஏற்படுத்துமென்றும் உணர்ந்திருந்தான். அதுமட்டுமல்ல, விகாரியோ சகோதரர்கள் அவனைக் கொல்லக் காத்திருப்பதைக் கடைசிநேரத்தில் அறிந்தபோது எல்லாரும் சொல்வதுபோல அவன் பீதியடையவில்லை. மாறாக அதை அறிந்தபோது தன்மீது குற்றம் சுமத்தப்படுகையில் குற்றமற்ற ஒருவனுக்கு ஏற்படும் திகைப்பே அவனுக்கும் ஏற்பட்டது.

என்னுடைய சொந்தக் கருத்து என்னவென்றால் அவன் தன் மரணத்தைப் புரிந்துகொள்ளாமலேயே மரணமடைந்தான் என்பதுதான். என் சகோதரி மார்கோத்திடம் காலை உணவுக்கு எங்கள் வீட்டுக்கு வருவதாக வாக்களித்தபின் கரத்தைப் பற்றியபடி படகுத்துறை வழியாக கிறிஸ்தோ பெதோயா அவனை அழைத்துச் சென்றான். தவறான அபிப்ராயங்கள் தோன்றத் தாங்கள் காரணமாக இருந்ததைப் பற்றி இருவருமே உணரவில்லை. “இருவரும் நிம்மதியாகப் போய்க்கொண்டிருந்தனர்” என்று மேமி லோய்ஸா என்னிடம் சொன்னாள். “பிரச்சனை முடிந்துவிட்டதென எண்ணி கடவுளுக்கு நான் நன்றி சொன்னேன்.” சொல்லப்போனால் எல்லாருமே அளவுக்கு அதிகமாக சந்தியாகோ நாஸாரை நேசித்தவர்கள் இல்லை. அவனது அமைதியான குணம் அப்பாவித்தனமல்ல, நல்லது நடக்கும் என்பதில் நம்பிக்கை இல்லாததன் அடையாளம் என நினைத்தார் மின் உற்பத்தி நிலையம் வைத்திருந்த போயோ கொரியோ. தன்னிடமிருந்த பணம் யாரும் தொடமுடியாத ஒரு உயரத்தில் தன்னை வைத்திருப்பதாக அவன் நினைத்திருந்தான்” என்று அவர் என்னிடம் சொன்னார். “எல்லாத் துருக்கியரும் நினைப்பது போல” என்று அவர் மனைவி ஃபாவூஸ்தா லோபஸ் சொன்னாள். இன்டலஸியோ பார்தோ அப்போதுதான் க்ளோதில்தெ அர்மெந்தாவின் கடையைக் கடந்து வந்திருந்தார். பிஷப் புறப்பட்ட உடனேயே தாங்கள் சந்தியாகோ நாஸாரைக் கொல்லத் திட்டமிட்டிருப்பதாக இரட்டைச் சகோதரர்கள் அவரிடம் தெரிவித்திருந்தனர். மற்றவர்கள் நினைத்தது போலவே தூக்கக் கலக்கத்தில் அவர்கள் உளறுவதாக அவரும் நினைத்தார். க்ளோதில்தெ அர்மெந்தாதான் அது உண்மையென அவருக்குப் புரியவைத்தாள். அதோடு சந்தியாகோ நாஸாரிடம் சென்று அவனை எச்சரிக்கும்படியும் கேட்டுக்கொண்டாள். “ரொம்பவும் பிரயாசைப்பட வேண்டாம்” என்று பெத்ரோ விகாரியோ அவரிடம் சொன்னான். “என்ன நடந்தாலும் சரி, அவன் இப்போதே செத்துப்போன கணக்குத்தான்.”

அது மிகவும் வெளிப்படையான ஒரு சவாலாக இருந்தது. இன்டலஸியோ பார்தோவுக்கும் சந்தியாகோ நாஸாருக்கும் இடையிலான பிணைப்பு பற்றி அவர்கள் அறிந்திருந்தனர். தங்களை அவமானத்துக்கு உள்ளாக்காமல் அந்தக் கொலையைத் தடுத்து நிறுத்த அவர்தான் சரியான ஆள் என்று அவர்கள் நினைத்திருக்க வேண்டும். படகுத்துறையிலிருந்து கிளம்பிக்கொண்டிருந்த கூட்டத்தினரிடையே கிறிஸ்தோ பெதோயா சந்தியாகோ நாஸாரை கையைப் பற்றி அழைத்துச் செல்வதைப் பார்த்தார் இன்டலஸியோ பார்தோ. அவர் அவனை எச்சரிக்கத் துணியவில்லை. “என் தைரியம் ஒடுங்கிவிட்டது” என்று அவர் என்னிடம் சொன்னார். அவர்கள் இருவரது முதுகிலும் தட்டி, அவர்கள் வழியே அவர்களைப் போகவிட்டார். திருமணத்துக்கு ஆன செலவுகள் பற்றிய கணக்கில் மூழ்கியிருந்ததால் அவர் முதுகில் தட்டியதைக் கூட அவர்கள் உணரவில்லை.

அவர்கள் சென்ற வாக்கிலேயே கூட்டம் கலைந்து சதுக்கம் நோக்கிச் சென்றுகொண்டிருந்தது. கூட்டம் மிகுதியாயிருந்தது. இருப்பினும் கூட்டத்தின் நடுவே அவர்கள் சிரமம் ஏதுமின்றி நடந்துகொண்டிருக்க அவர்களைத் தொடாமல் சுற்றிலும் வளையம் அமைத்ததுபோல்

மக்கள் சென்றுகொண்டிருந்ததைத் தான் கவனித்ததாகச் சொன்னாள் இஸ்கொலாஸ்டிகா சிஸ்னெரோஸ். காரணம் என்னவென்றால் சந்தியாகோ நாஸார் சாகப்போவதை அவர்கள் அறிந்திருந்தனர். அவனைத் தொட அவர்களுக்குத் துணிவில்லை. தங்களை மக்கள் ஒருமாதிரியாகப் பார்த்ததை கிறிஸ்தோ பெதோயாவும் நினைவுகூர்ந்தான். "முகத்தில் நாங்கள் ஏதோ வண்ணம் பூசிக்கொண்டிருப்பதைப்போல அவர்கள் எங்களைப் பார்த்துக்கொண்டிருந்தனர்" என்று அவன் என்னிடம் சொன்னான். அவர்கள் கடந்து சென்று கொண்டிருந்தபோது தனது சப்பாத்துக் கடையைத் திறந்து கொண்டிருந்த சாரா நொரீயேகாவும் வெளுத்துப்போய்க் காணப்பட்ட சந்தியாகோ நாஸாரைப் பார்த்து அச்சமடைந்தாள். சந்தியாகோ நாஸார் அவளைச் சாந்தப்படுத்தினான்.

"இந்தக் கௗேபரத்தை வைத்து நீங்களே யூகிக்கலாம், சாரா!" என்று நடந்துகொண்டே அவன் சொன்னான்.

பிஷப்பை வரவேற்கச் செல்பவர்களை நையாண்டி செய்தபடி தன்வீட்டுக் கதவருகே இரவு உடையில் அமர்ந்திருந்தார் செலஸ்ட் தன்கோன்ட். காபி அருந்திச் செல்லும்படி அவர் சந்தியாகோ நாஸாரை அழைத்தார். "யோசிக்கச் சற்று அவகாசம் கிடைக்கும் என்ற வகையிலேயே அவனை அழைத்தேன்" என்று என்னிடம் அவர் சொன்னார். ஆனால் என் சகோதரியோடு காலை உணவருந்த வேண்டியிருப்பதால் உடைமாற்றவென வேகமாகச் செல்வதாகச் சொன்னான் சந்தியாகோ நாஸார். "எனக்கு ஒன்றுமே புரியவில்லை" என்று செலஸ்ட் தன்கோன்ட் என்னிடம் சொன்னார். "தான் செய்யப்போவது இன்னதெனத் திட்டமாக அவன் அறிந்திருந்ததால் அவர்கள் அவனைக் கொல்ல முடியாது என்று திடீரென எனக்குள் ஒரு எண்ணம் உண்டானது." யாமில் ஷாயும் மட்டுமேதான் உத்தேசித்ததைச் செய்தார். செய்தியைக் கேட்ட மாத்திரத்திலேயே சந்தியாகோ நாஸாரை எச்சரிக்க வேண்டி தமது தானியக்கிடங்கின் கதவருகே சென்று காத்திருந்தார். இப்ராஹிம் நாஸாருடன் வந்து அங்கு குடியேறிய அராபியர்களுள் கடைசியாக எஞ்சியிருந்தவர்களில் அவரும் ஒருவர். இப்ராஹிம் நாஸார் இறக்கும்வரை சீட்டாட்டத்தில் அவரது சகாவாக விளங்கியவர் யாமில் ஷாயும். அப்போதும் சரி இப்போதும் சரி சந்தியாகோ நாஸாரது குடும்பத்துக்கு ஆலோசனைகள் வழங்கியும் வந்தார். அவரைப்போல கண்டிப்புடனும் அதிகாரத்தோடும் சந்தியாகோ நாஸாருடன் பேசுபவர்கள் யாருமில்லை. இருந்தும் தான் கேட்ட செய்தி ஆதாரமற்ற வெறும் வதந்தியாக இருக்கும்பட்சத்தில் தேவையில்லாமல் அவனைக் கலவரப்படுத்தியதாகிவிடுமே என்று அவர் எண்ணினார். அதுபற்றி கிறிஸ்தோ பெதோயா விவரமாகத் தெரிந்து வைத்திருக்கும் பட்சத்தில் அவனிடமே பேசுவதென முடிவு செய்தார். அவரைக் கடந்து போகையில் அவனை அவர் அழைத்தார். சதுக்கத்தின் மூலையை அடைந்துவிட்டிருந்த சந்தியாகோ நாஸாரின் முதுகில் தட்டிய கிறிஸ்தோ பெதோயா யாமில் ஷாயுமை நோக்கி வருகிறேன் என்றான். சந்தியாகோ நாஸாரிடம் "சனிக்கிழமை பார்ப்போம்" என்றான்.

சந்தியாகோ நாஸார் பதிலேதும் சொல்லவில்லை. ஆனால் யாமில் ஷாயுமிடம் அரபியில் ஏதோ சொன்னான். அதற்கு உரக்கச் சிரித்தபடியே

அவரும் ஏதோ பதில் சொன்னார். "வழக்கமாக நகைச்சுவையாக நாங்கள் விளையாடும் வார்த்தை விளையாட்டு அது" என்று என்னிடம் சொன்னார் யாமில் ஷாயும். நொடியும் தாமதிக்காமல் இருவரையும் நோக்கிக் கை அசைத்துவிட்டு சதுக்கத்தின் மூலையில் திரும்பி நடந்தான் சந்தியாகோ நாஸார். அதுதான் அவனை அவர்கள் கடைசியாகப் பார்த்தது.

யாமில் ஷாயும் சொன்ன செய்தியைக் கேட்டதுதான் தாமதம், சந்தியாகோ நாஸாரைத் தேடி கிடங்கிலிருந்து ஓடிவந்தான் கிறிஸ்தோ பெதோயா. மூலையில் அவன் திரும்பியதைப் பார்த்திருந்தான். ஆனால் சதுக்கத்திலிருந்து கலைந்து சென்றுகொண்டிருந்த கூட்டத்தில் அவனைக் காணவில்லை. பலரிடமும் அவன் விசாரித்தபோது அவர்கள் எல்லாரும் ஒரே பதிலையே சொன்னார்கள்.

"இப்போதுதானே அவனை உன்னுடன் பார்த்தேன்."

இந்த இடைப்பட்ட நேரத்தில் நிச்சயம் அவன் வீட்டுக்குப்போய்ச் சேர்ந்திருக்க முடியாது. இருந்தும் அவன் வந்தானா என விசாரிக்க அவன் வீட்டுக்குச் சென்றபோது முன்கதவு சாத்தப்படாமல் லேசாகத் திறந்திருப்பதைக் கண்டான். தரையில் கிடந்த கடிதத்தைப் பார்க்காமலே அவன் உள்ளே சென்றான். சத்தம் எதுவும் எழுப்பக்கூடாது என்ற எண்ணத்துடன், அரையிருட்டில் கிடந்த புழங்கும் அறை வழியாகச் சென்றான். ஏனென்றால் அது வீட்டினுள் வெளியாட்கள் பிரவேசிக்கும் நேரம் இல்லை. ஆனால், வீட்டின் பின்புறமிருந்த நாய்கள் விழித்துவிட்டிருந்தன. அவை அவனை நோக்கி வந்தன. அவற்றின் எஜமானனிடமிருந்து கற்றுக்கொண்டபடி கையிலிருந்த சாவிகளைக் கொண்டு ஓசையெழுப்பி அவற்றை அமைதிப்படுத்தினான். நாய்கள் பின்தொடர சமையலறையை நோக்கிப் போனான். ஒரு வாளியில் தண்ணீரும் கந்தைத் துணிகளுமாக புழங்கும் அறையை சுத்தம் செய்ய வந்துகொண்டிருந்த திவினா ஃப்ளோரைத் தாழ்வாரத்தில் கண்டான். சந்தியாகோ நாஸார் இன்னும் வரவில்லையென அவள் உறுதிபடச் சொன்னாள். அவன் சமையலறைக்குள் நுழைந்த வேளை அப்போதுதான் முயல்கறியை அடுப்பில் வைத்திருந்தாள் விக்தோரியா குஸ்மன். அவள் உடனே புரிந்துகொண்டாள். "அவர் மிகவும் பயந்துபோயிருந்தார்" என்று அவள் என்னிடம் சொன்னாள். சந்தியாகோ நாஸார் வந்துவிட்டானா என அவன் கேட்டான். ஒன்றுமறியாதவள் போல் முகத்தை வைத்துக்கொண்டு அவன் இன்னும் தூங்கவரவில்லையென்பதைத் தெரிவித்தாள்.

"நிலைமை மிகவும் ஆபத்தானது" என்று கிறிஸ்தோ பெதோயா அவளிடம் சொன்னான். "அவர்கள் அவனைக் கொல்லத் தேடிக் கொண்டிருக்கின்றனர்." விக்தோரியா குஸ்மன் தன்னையுமறியாமல் தனது ஒன்றுமறியாப் பாவனையைக் கைவிட்டாள்.

"பாவம் அவர்கள். யாரையும் அவர்கள் கொல்லமாட்டார்கள்."

"சனிக்கிழமையிலிருந்தே அவர்கள் குடித்துக்கொண்டிருக்கிறார்கள்" என்று கிறிஸ்தோ பெதோயா சொன்னான்.

“அதனால்தான் சொல்கிறேன், இந்த உலகில் எந்தக் குடிகாரனும் தன் மலத்தைத் தானே தின்பதில்லை.”

கிறிஸ்தோ பெதோயா திரும்பவும் புழங்கும் அறைக்குச் சென்றான். அந்த அறையின் ஜன்னல்களை அப்போதுதான் திறந்திருந்தாள் திவினா ஃப்ளோர். “சொல்லப் போனால் அப்போது மழை ஏதும் பெய்துகொண்டிருக்கவில்லை” என்று கிறிஸ்தோ பெதோயா என்னிடம் சொன்னான். “அப்போது மணி ஏழை நெருங்கிக் கொண்டிருந்தது. பொன்னிறச் சூரியன் ஜன்னல் வழியாக உள்நுழைய ஆரம்பித்துவிட்டிருந்தது.” புழங்கும் அறையின் கதவு வழியாக சந்தியாகோ நாஸார் வரவில்லையென நிச்சயமாகத் தெரியுமா என மறுபடியும் அவன் திவினா ஃப்ளோரைக் கேட்டான். முதல் தடவை சொன்னதுபோல இப்போது அவள் உறுதியான ஒரு பதிலைச் சொல்லவில்லை. அடுத்து அவன் ப்ளாஸிதா லினேரோவைப் பற்றி விசாரித்தான். சற்று முன்புதான் அவளது இரவு மேசையில் தான் காபியை வைத்துவிட்டு வந்ததாகவும் அவளை எழுப்பவில்லையென்றும் சொன்னாள். அது வழக்கமாக நடப்பதுதான். ஏழுமணிக்கு எழுந்து அவள் காபியை அருந்துவாள். பிறகு கீழே வந்து மதியத்துக்கு என்ன சமைக்க வேண்டுமென்று சொல்வாள். கிறிஸ்தோ பெதோயா சுவரிலிருந்த கடிகாரத்தைப் பார்த்தான். மணி ஐந்து ஐம்பத்தாறு. சந்தியாகோ நாஸார் வரவில்லை என்பதை உறுதி செய்துகொள்ள அவன் இரண்டாவது தளத்துக்குச் சென்றான்.

சந்தியாகோ நாஸாரின் படுக்கையறை உட்புறமாகத் தாழிடப்பட்டிருந்தது. காரணம், அவன் தன் அம்மாவின் படுக்கையறை வழியாக வெளியே போயிருந்தான். தன் சொந்த வீட்டைப்போல அவ்வீட்டை நன்கு அறிந்ததோடு மட்டுமன்றி அதைத் தன் சொந்த வீடாகப் பாவிக்கவும் செய்தான் கிறிஸ்தோ பெதோயா. ப்ளாஸிதா லினேரோவின் படுக்கையறைக் கதவைத் தள்ளித் திறந்தவன் அதனூடாகச் சென்று அதனையொட்டியிருந்த இன்னொரு அறைக்குள் நுழைந்தான். கூரையிலிருந்த சிறு திறப்பு வழியாகத் தூசு நிறைந்த ஒளிக்கற்றை உள்நுழைந்து கொண்டிருந்தது. அழகான பெண்ணொருத்தி ஏணையில் ஒருக்களித்துப் படுத்திருந்தாள். அவள் கன்னத்தின் மீதிருந்த மணப்பெண்ணுடையது போன்ற அவள் கரம் பார்க்க விசித்திரமானதாகத் தோன்றியது. “அது ஒரு மாயக்கனவு போலிருந்தது” என்று கிறிஸ்தோ பெதோயா என்னிடம் சொன்னான். அந்த அழகினால் கவரப்பட்டு ஒரு கணம் அவளைப் பார்த்தபடியே நின்றவன் பிறகு அமைதியாக அறையைக் கடந்து நடந்தான். குளியலறையைத் தாண்டி சந்தியாகோ நாஸாரின் படுக்கையறைக்குள் நுழைந்தான். படுக்கை இன்னும் ஒழுங்குடன் இருந்தது. நாற்காலிமீது நன்கு தேய்க்கப்பட்ட சவாரிக்கான உடைகள் இருந்தன. உடைகளின் மேல் குதிரைச் சவாரியின்போது அணியும் தொப்பி இருந்தது. தரையில் குதிரையை விரட்டப் பயன்படும் வளையங்களுடன் அவனது பூட்சுகள் காணப்பட்டன. இரவு மேசையிலிருந்த சந்தியாகோ நாஸாரின் கைக்கடிகாரம் மணி ஆறு ஐம்பத்தெட்டு எனக் காட்டியது. “ஆயுதம் எதையேனும் எடுத்துச் செல்வதற்காக அவன் திரும்ப வந்திருக்கலாம் என்ற

எண்ணம் சட்டென்று ஏற்பட்டது" என்று கிறிஸ்தோ பெதோயா என்னிடம் சொன்னான். ஆனால் அவனது மாக்னம் துப்பாக்கி இரவு மேசையின் இழுப்பறையிலேயே இருப்பதைப் பார்த்தான். "ஒருபோதும் நான் துப்பாக்கி சுட்டுப் பழகியதே இல்லை, இருப்பினும் துப்பாக்கியைக் கொண்டுபோய் சந்தியாகோ நாஸாரிடம் கொடுப்பது எனத் தீர்மானித்தேன்" என்று என்னிடம் கிறிஸ்தோ பெதோயா சொன்னான். இடுப்புவாரின் அடியில் சட்டைக்குள்ளாக அதைச் செருகிக் கொண்டவன் கொலை நடந்த பிறகே அதில் குண்டுகள் இல்லை என்பதை அறிய நேர்ந்தது. மேசை இழுப்பறையை அவன் சாத்திக்கொண்டிருந்தபோது கையில் காபிக் குவளையுடன் ப்ளாஸிதா லினேரோ கதவருகே வந்தாள்.

"கடவுளே நான் பயந்தே போய்விட்டேன்" என்று கத்தினாள் அவள்.

கிறிஸ்தோ பெதோயாவும்கூட பயந்துதான் போனான். பொன்னிறத்தில் வானம்பாடிகள் வரைந்திருந்த உடைமாற்றும் கவுனை அவள் அணிந்திருந்தாள். தலைமுடி கலைந்துகிடக்க இயல்பான வசீகரம் குன்றியவளாக முழுவெளிச்சத்தில் அவளைக் கண்டான். சற்றே குழம்பியவனாக தான் சந்தியாகோ நாஸாரைத் தேடிக் கொண்டிருப்பதாகச் சொன்னான்.

"அவன் பிஷப்பை வரவேற்கச் சென்றுவிட்டான்" என்றாள் ப்ளாஸிதா லினேரோ.

"அவன் அப்படியே நேராகச் சென்றுவிட்டானா?" அவன் கேட்டான்.

"அப்படித்தான் நினைக்கிறேன்" என்று அவள் சொன்னாள். "மிகமோசமான தாய் வளர்த்த பிள்ளை அவன்."

அடுத்து என்ன செய்வதென்று தெரியாமல் கிறிஸ்தோ பெதோயா திகைத்து நின்றதைப் பார்த்தவள் மேற்கொண்டு எதுவும் பேசவில்லை. "கடவுள் என்னை மன்னிப்பாரென்று நம்புகிறேன்" என்று ப்ளாஸிதா லினேரோ என்னிடம் சொன்னாள். "அவன் அத்தனை குழப்பத்தில் இருப்பதைப் பார்த்தபோது எதையோ திருடிப்போகத்தான் அவன் வந்திருக்க வேண்டுமென நினைத்தேன்." என்ன பிரச்சனை என அவள் அவனைக் கேட்டாள். தன்னை அவள் சந்தேகப்படுகிறாள் என்பதை கிறிஸ்தோ பெதோயா உணர்ந்துகொண்டான். ஆனாலும் உண்மையைச் சொல்ல அவனுக்குத் துணிவில்லை. "ஒரு நிமிடம்கூட நான் தூங்கியெழவில்லை" என்று அவளிடம் அவன் சொன்னான். மேற்கொண்டு எதுவும் பேசாமல் அவன் அங்கிருந்து சென்றான். "எப்படிப் பார்த்தாலும் . . ." அவன் என்னிடம் சொன்னான், "நான் எதையோ திருடிச் செல்வதாகத்தான் அவள் நினைத்திருப்பாள்." சதுக்கத்தில் அமாதோர் பாதிரியார் அவன் எதிரே வந்தார். திருப்பலிக்கென அணிந்த சிறப்பு உடையுடன், திருப்பலி நடக்காததால் ஏற்பட்ட கடுகடுப்புடன் திரும்பி வந்துகொண்டிருந்தார். அவனது ஆன்மாவைக் காப்பாற்றுவதைத் தவிர வேறெதையும் அவர் சந்தியாகோ நாஸாருக்காகச் செய்ய முடியாது என அவனுக்குத் தோன்றியது. க்ளோதில்தெ அர்மெந்தாவின் கடையிலிருந்து

அவனை அவர்கள் அழைத்தபோது அவன் படகுத்துறை நோக்கிப் போய்க் கொண்டிருந்தான். பெத்ரோ விகாரியோ கதவருகே நின்றுகொண்டிருந்தான். வெளுத்து, சோர்ந்துபோய்க் காணப்பட்டான். சட்டையை முழங்கை வரைக்கும் சுருட்டி விட்டிருந்தான். வெளிப்படையாக, பலரும் பார்க்கும் வகையில் கையில் கத்தியை வைத்திருந்தான். அவனது தோற்றத்தில் காணப்பட்ட மூர்க்கத்தனம் இயற்கையானதாக இல்லை. வலிந்து ஏற்படுத்திக் கொண்டதுபோலிருந்தது. அந்தக் கடைசி நிமிடங்களில், கொலை நடைபெறாமல் தடுக்கவேண்டி அவன் மேற்கொண்ட ஒரேயொரு அல்லது மிக வெளிப்படையான பாவனை இது மட்டும் இல்லை.

"கிறிஸ்தோபல்" அவன் கத்தினான். "சந்தியாகோ நாஸாரிடம் அவனைக் கொல்ல நாங்கள் இங்கே காத்திருப்பதாகச் சொல்."

அந்தக் கொலையைத் தடுக்கும் சகாயத்தை கிறிஸ்தோ பெதோயா அவர்களுக்குச் செய்திருக்கமுடியும். "எனக்குத் துப்பாக்கிச் சுடுவது எப்படி என்பது மட்டும் தெரிந்திருந்தால் இன்றைக்கு சந்தியாகோ நாஸார் உயிரோடு இருந்திருப்பான்" என்று அவன் என்னிடம் சொன்னான். கடின உலோகத்தாலான ஒரு துப்பாக்கிக் குண்டின் சக்தியைப் பற்றிப் பிறர் சொல்லக்கேட்டு அறிந்த பின்னர் அவனது இந்த எண்ணத்தை அவனே மெச்சிக்கொண்டான்.

"உன்னை எச்சரிக்கிறேன். ஒரு கார் எஞ்சினைக் கூடத் துளைத்துச் செல்லும் அளவுக்கு சக்தி வாய்ந்த மாக்னம் துப்பாக்கி அவனிடம் இருக்கிறது" என்று அவன் பதிலுக்குக் கத்தினான்.

அது நிஜமில்லையென்று பெத்ரோ விகாரியோவுக்குத் தெரியும். "சவாரிக்கான உடை அணிந்திருக்கும்போது தவிர்த்து அவன் எப்போதும் துப்பாக்கியுடன் சென்றதில்லை" என்று அவன் என்னிடம் சொன்னான். இருந்தும் தன் சகோதரிக்கு ஏற்பட்ட அவமானத்தைத் துடைக்க அவன் முடிவெடுத்துவிட்ட பிறகு சந்தியாகோ நாஸார் துப்பாக்கியுடன் வரக்கூடும் என்ற சாத்தியத்தை அவன் முன்னுணர்ந்தான்.

"செத்துப் போனவனால் துப்பாக்கியால் சுட முடியாது" என்று அவன் திரும்பக் கத்தினான்.

அப்போது பாப்லோ விகாரியோ கடையின் கதவருகே வந்தான். தன் சகோதரனைப் போலவே அவனும் வெளுத்துக் காணப்பட்டான். திருமணத்துக்கெனத் தைத்திருந்த கோட்டை அணிந்திருந்தான். கத்தியை செய்தித்தாளில் சுற்றிக் கையில் பிடித்திருந்தான். "இந்த வித்தியாசம் மட்டும் இல்லையென்றால், என்னால் அவர்கள் இருவரையும் வேறுபடுத்தி அடையாளம் கண்டிருக்க முடியாது" என்று கிறிஸ்தோ பெதோயா என்னிடம் சொன்னான். பாப்லோ விகாரியோவின் பின்னால் இருந்த க்ளோதில்தெ அர்மெந்தா கிறிஸ்தோ பெதோயாவை நோக்கி சீக்கிரம் போ என்று கத்தி அவசரப்படுத்தினாள். ஏனென்றால், ஆண்களை ஆண்களே புணரும் அந்த நகரில் அவனைப்போன்ற ஒரு ஆண்மகனால்தான் நடக்கவிருக்கும் துயரச் சம்பவத்தை தடுத்து நிறுத்தமுடியும் என அவள் நினைத்தாள்.

அதன் பிறகு நடந்தவை அனைத்தும் பொதுமக்களது பார்வையிலேயே நடந்தன. படகுத் துறையிலிருந்து திரும்பிக்கொண்டிருந்தவர்கள் பெத்ரோ விகாரியோ, கிறிஸ்தோ பெதோயா மற்றும் க்ளோதில்தெ அர்மெந்தா ஆகியோர் உரக்கப் பேசிக்கொண்டிருந்ததைக் கேட்டு சுதாரித்துக் கொண்டவர்களாய் நடக்கப்போவதை நன்றாகப் பார்க்கும் வகையில் சதுக்கத்தில் தோதான இடமாகப் பார்த்து நின்றுகொண்டனர். சந்தியாகோ நாஸாரைப் பார்த்தீர்களா எனப் பலரிடமும் வினவினான் கிறிஸ்தோ பெதோயா. யாருமே அவனைப் பார்த்திருக்கவில்லை. சமுதாய மன்றத்தின் கதவருகே சென்றபோது எதிரே கர்னல் லாஸரோ அபோந்தே வருவதைப் பார்த்தான். க்ளோதில்தெ அர்மெந்தாவின் கடைமுன் நடந்ததை அவரிடம் சொன்னான்.

“இருக்க முடியாதே, நான் அவர்களை வீட்டுக்குப்போய் தூங்கச் சொன்னேனே” என்றார் அவர்.

“கையில் பன்றியைக் கொல்லும் கத்திகளுடன் சற்றுமுன் அவர்களை நான் பார்த்தேன்” என்றான் கிறிஸ்தோ பெதோயா.

“இருக்க முடியாது. அவர்களைத் தூங்கச் சொல்லி அனுப்பும் முன் அவர்களிடமிருந்த கத்திகளை நான் எடுத்துக்கொண்டுதானே அனுப்பினேன்” என்றார் மேயர். “இது நடப்பதற்கு முன்னால் அவர்களை நீ பாாத்திருக்கிறாய் என நினைக்கிறேன்.”

“இரண்டு நிமிடங்களுக்கு முன்புதான் அவர்களைப் பார்த்தேன். கையில் அவர்கள் பன்றியைக் கொல்லும் கத்திகளை வைத்திருந்தார்கள்” என்றான் கிறிஸ்தோ பெதோயா.

“அடச் சே” என்றார் மேயர், “வேறு இரண்டு கத்திகளை எடுத்துக்கொண்டு அவர்கள் திரும்பவும் வந்திருக்க வேண்டும்.”

உடனே அதுபற்றிக் கவனிப்பதாகச் சொன்ன மேயர் அன்றிரவு நடக்கவிருந்த டாமினோ விளையாட்டுக்கான நேரம் என்னவென்று அறிய சமுதாய மன்றத்துக்குள் சென்றார். அவர் வெளியே வந்தபோது கொலை நடந்திருந்தது. அப்போதுதான் கிறிஸ்தோ பெதோயா அந்த மிகப்பெரிய தவறைச் செய்தான். அவன் செய்த ஒரே தவறு அதுதான். சந்தியாகோ நாஸார் கடைசி நிமிடத்தில் மனதை மாற்றிக்கொண்டு உடைமாற்றும் முன்பாக காலை உணவருந்த எங்கள் வீட்டுக்கு சென்றிருக்கக் கூடும் என நினைத்து அவனைத்தேடி எங்கள் வீட்டுக்குச் சென்றான். வழியில் பார்த்தவர்களிடமெல்லாம் அவனைப் பார்த்தீர்களா எனக் கேட்டபடி ஆற்றங்கரையோரமாக வேகமாகச் சென்றான். யாருமே அவனைப் பார்த்ததாகச் சொல்லவில்லை. ஆனால், அதனால் அவன் கலவரமேதும் அடையவில்லை. ஏனென்றால், எங்கள் வீட்டுக்குப் போக வேறு வழிகளும் இருந்தன. மேட்டுநிலப்பகுதியைச் சேர்ந்தவளான ப்ராஸ்பெரா அராஞ்சே தன் வீட்டு வெளித்திண்ணையில் மரணப் படுக்கையில் வேதனைப் பட்டுக்கொண்டிருந்த தன் தந்தையைக் கொஞ்சம் பார்த்துவிட்டுப் போகும்படி கேட்டுக்கொண்டாள். பிஷப்பின் சொற்பகண ஆசீர்வாதம் அவரது வேதனையை எந்தவிதத்திலும் குறைத்திருக்கவில்லை.

"அவர் வீட்டைக் கடந்து போகையில் அவரைப் பார்த்தேன்" என்று என் சகோதரி மார்கோத் என்னிடம் சொன்னாள். "அவர் முகத்தில் அப்போதே சவக்களை படிந்துவிட்டிருந்தது." நோயுற்ற அந்த முதியவரின் உடல்நலத்தைப் பரிசோதித்ததில் கிறிஸ்தோ பெதோயாவுக்கு நான்கு நிமிடங்கள் தாமதமானது. பிறகு வந்து அவசர சிகிச்சை அளிப்பதாகச் சொன்னான். ஆனால் நோயுற்றவரை படுக்கையறைக்குக் கொண்டுசெல்ல ப்ராஸ்பெரா அராஞ்சேவுக்கு உதவியதில் மேலும் மூன்று நிமிடங்கள் தாமதமாயின. வெளியே வந்தபோது தொலைவே கூச்சல்கள் கேட்டன, சதுக்கத்தை நோக்கி வாணங்கள் விடப்படுகின்றன என அவன் நினைத்தான். அவன் ஓட முயற்சி செய்தான். ஆனால் இடுப்பில் இருந்த துப்பாக்கி ஓடுவதற்கு இடைஞ்சலாக இருந்தது. கடைசித் தெருவின் முனையில் சென்று திரும்பியபோது தன் இளைய மகனைக் கையில் பிடித்தபடி வேகமாக வந்துகொண்டிருந்த என் அம்மாவை அவன் அடையாளம் கண்டுகொண்டான்.

"லூயிஸா சந்தியாகா" அவளை நோக்கிக் கத்தினான், "எங்கே உங்கள் ஞானப்பிள்ளை?"

என் அம்மா திரும்பி அவனைப் பார்க்கக்கூட இல்லை. அவள் முகம் கண்ணீரால் நனைந்திருந்தது.

"ஓ, என் மகனே, அவன் கொல்லப்பட்டுவிட்டதாக எல்லாரும் சொல்கிறார்கள்" என்றாள் அவள்.

அது நடந்தது இப்படித்தான். கிறிஸ்தோ பெதோயா அவனைத் தேடிக்கொண்டிருந்தபோது சந்தியாகோ நாஸார் தான் மணந்துகொள்ளவிருந்த ஃப்ளோரா மீகெலின் வீட்டுக்குச் சென்றுவிட்டிருந்தான். கடைசியாக அவனைப் பார்த்த அந்தத் தெருமூலையிருந்து சுற்றிக்கொண்டு அப்படியே அவன் மீகெலின் வீட்டுக்குச் சென்று விட்டிருந்தான். "அவன் அங்கு போயிருப்பான் என்று எனக்குத் தோன்றவில்லை" என்று கிறிஸ்தோ பெதேயோ என்னிடம் சொன்னான். "ஏனென்றால் அந்த வீட்டிலிருப்பவர்கள் மதியப் பொழுதுக்கு முன்பு எழுந்திருக்க மாட்டார்கள்." அந்த வீட்டின் குலத் தலைவரான நாஹிர் மீகெலின் கட்டளைப்படி அக்குடும்பத்தினர் அனைவரும் மதியம் பன்னிரண்டு மணிவரை தூங்கினர் என்று மக்களிடையே ஒரு பேச்சு இருந்தது. "அதனாலேயே இனியும் சின்னப் பெண் என்று சொல்ல இயலாதபடிக்கு வளர்ந்துவிட்டிருந்த ஃப்ளோரா மீகெலை ஒரு ரோஜாவைப்போல பாதுகாப்பாக வைத்திருந்தார்கள்" என்று மெர்ஸெதெஸ் சொல்கிறாள். உண்மை என்னவென்றால் விடிந்த பிறகும் நீண்டநேரத்துக்கு அவர்கள் வீட்டைப் பூட்டியே வைத்திருந்தார்கள். மற்றபடி பலரையும் போலவே அவர்கள் அதிகாலையில் எழுந்திருக்கக் கூடியவர்கள். கடின உழைப்பாளிகள். சந்தியாகோ நாஸாரின் பெற்றோரும் ஃப்ளோரா மீகெலின் பெற்றோரும் சேர்ந்து அவர்கள் இருவருக்கும் திருமணம் செய்து வைப்பதென்று முடிவு செய்திருந்தனர். தனது வாலைப் பருவத்திலேயே அந்தத் திருமணத்துக்கு சம்மதம் தெரிவித்திருந்தான் சந்தியாகோ நாஸார். ஒருவேளை அவன் தந்தையைப் போலவே திருமணம்

மூலமாக கிடைக்கும் லாபத்தை மனதில் கொண்டு இந்தத் திருமணத்துக்குச் சம்மதித்திருக்கலாம். தன் பங்குக்கு ஃப்ளோரா மீகெலும் ஒரு பூப்போன்ற வாழ்வையே வாழ்ந்தாள். ஆனால் அவளுக்கு புத்தி சற்று மந்தம். நல்லது எது கெட்டது எது என்று தெரியாது. தன் தலைமுறைப் பெண்கள் எல்லாருக்கும் பெண்தோழியாக இருந்தவளுக்கு இந்தத் திருமண ஒப்பந்தம் கடவுளே பார்த்துச் செய்த அனுக்கிரகமாக அமைந்தது. அவர்களது நிச்சயதார்த்தக் காலம் சாதாரணமாக இருந்தது. வழக்கமான சென்று பார்க்கும் சடங்குகளோ, மனம் தாங்கமுடியாத ஏக்கங்களோ கிடையாது. பலமுறை தள்ளிப்போடப்பட்ட அவர்கள் திருமணம் எதிர்வந்த கிறிஸ்மஸ் தினத்தன்று நடக்கவிருந்தது.

அந்தத் திங்கட்கிழமை பிஷப்பின் படகு எழுப்பிய முதல் சத்தத்திலேயே ஃப்ளோரா மீகெல் எழுந்துவிட்டிருந்தாள். சிறிது நேரத்திலேயே விகாரியோ சகோதரர்கள் சந்தியாகோ நாஸாரைக் கொலை செய்யக் காத்திருப்பதைப் பற்றி அறிந்தாள். அவள் கன்னிகாஸ்திரீயான என் சகோதரியிடம் – அந்தத் துயரச் சம்பவத்திற்குப் பிறகு அவள் பேசிய ஒரே ஆள் என் சகோதரிதான் – அதைச்சொன்ன ஆள் யாரென்பது தனக்கு நினைவில்லையென்று சொல்லியிருக்கிறாள். “காலை ஆறு மணிக்கு எல்லாருக்குமே அந்த விஷயம் தெரியுமென்பது மட்டும் என்று எனக்குத் தெரியும்” அவள் என் சகோதரியிடம் சொன்னாள். அவர்கள் சந்தியாகோ நாஸாரைக் கொல்லப் போகிறார்கள் என்பதை அவளால் நம்ப முடியவில்லை. மாறாக ஆங்கெலா விகாரியோ தான் இழந்த மானத்தைத் திரும்ப அடையும் வகையில் அவளை சந்தியாகோ நாஸாரே திருமணம் செய்துகொள்ளும்படி அவர்கள் வற்புறுத்துவார்கள் என்று எதிர்பார்த்தாள். அவமானம் தந்த நெருக்கடியை அவள் உணர்ந்தாள். கிட்டத்தட்ட நகரத்தாரில் பாதிப்பேர் பிஷப்புக்காகக் காத்திருந்தபோது தன் படுக்கையறையில் ஆத்திரம் பொங்க அழுதபடியே ஒரு சிறு பெட்டி நிறைய இருந்த, சந்தியாகோ நாஸார் பள்ளிக்கூடத்திலிருந்து அவளுக்கு எழுதிய கடிதங்களை அடுக்கிக் கொண்டிருந்தாள்.

ஃப்ளோரா மீகெலின் வீட்டைத் தாண்டிச் செல்லும்போதெல்லாம், வீட்டில் யாருமே இல்லையென்றால்கூட தன் கையிலுள்ள சாவியால் ஜன்னல் திரையை உரசி ஓசையெழுப்புவான் சந்தியாகோ நாஸார். அந்தத் திங்கட்கிழமை காலை கடிதங்கள் அடங்கிய பெட்டியைத் தன் மடிமீது வைத்தபடி அவள் உட்கார்ந்திருந்தாள். தெருவிலிருந்து சந்தியாகோ நாஸரால் அவளைப் பார்க்க முடியவில்லை. ஆனால், ஜன்னல் திரையில் சாவியை உரசும் முன்பாகவே அவன் ஜன்னலை நோக்கி வருவதைப் பார்த்துவிட்டாள். “உள்ளே வாருங்கள்” என்று அவள் அவனிடம் சொன்னாள்.

யாருமே, ஒரு மருத்துவர்கூட, காலை ஆறு நாற்பத்தைந்துக்கு அந்த வீட்டினுள் நுழைந்ததில்லை. சந்தியாகோ நாஸார் அப்போதுதான் கிறிஸ்தோ பெதோயாவை யாமில் ஷாயுமின் கிடங்கில் விட்டுவிட்டு வந்திருந்தான். அவனது நடவடிக்கைகளை பலர் உன்னிப்பாகக் கவனித்துக்கொண்டிருந்தனர். அவன் தான் மணந்து கொள்ளவிருக்கும் பெண்ணின் வீட்டுக்குள் நுழைந்ததை யாருமே கவனிக்கவில்லை என்பதை

நம்புவது கடினமாக இருந்தது. அவன் அந்த வீட்டினுள் நுழைந்ததைப் பார்த்த ஒருவராவது இருக்கமாட்டார்களா என நான் இப்போது தேடிப்பார்த்த அதே விடாமுயற்சியுடன், தேடிப்பார்த்திருக்கிறார் விசாரணை நீதிபதி. ஆனால் அப்படி ஒருவரும் இல்லை. அறிக்கையின் 382வது பக்கத்தில் ஓரமாக அவர் மற்றுமொரு பிரசித்திபெற்ற வாக்கியத்தை சிவப்பு மை கொண்டு எழுதியிருந்தார். *விதியின் நியதி பிறர் பார்வையிலிருந்து நம்மை மறைத்துவிடுகிறது.* உண்மையில் பார்க்கப்போனால் யாரும் தன்னைப் பார்க்கக் கூடாதென்று ஒளிந்து மறைந்தபடி செல்லாமல் எல்லார் பார்வையிலும் படும்படியாக பிரதான கதவு வழியாகவே உள்ளே சென்றிருக்கிறான் சந்தியாகோ நாஸார். ஃப்ளோரா மீகெல் கூடத்தில் அவனுக்காகக் காத்திருந்தாள். கோபத்தில் முகம் சிவந்து காணப்பட்டாள். முக்கிய விசேஷங்களின் போது அவள் அணியும், பொருத்தமற்ற மடிப்புகள் கொண்டு தைக்கப்பட்ட ஆடைகளில் ஒன்றை அணிந்திருந்தாள். கடிதங்கள் அடங்கிய பெட்டியை அவன் கையில் திணித்தாள்.

"எடுத்துக்கொள்ளுங்கள்" என்று அவள் அவனிடம் சொன்னாள். "அவை உங்களைக் கொன்று போடும் என்று நம்புகிறேன்."

சந்தியாகோ நாஸாருக்கு ஒன்றும் புரியவில்லை. குழப்பத்தில் பெட்டியை அவன் தவறவிட்டான். காதலற்ற அவன் கடிதங்கள் தரையில் சிதறின. படுக்கையறை நோக்கி விரைந்த ஃப்ளோரா மீகெலைப் பின்தொடர்ந்து செல்ல முயன்றான். அவள் வேகமாகச் சென்று கதவைச் சாத்தித் தாழிட்டுக் கொண்டாள். பலமுறை அவன் கதவைத் தட்டிப் பார்த்தான். அந்தக் காலை நேரத்தில் அழைக்கக்கூடாத அளவுக்கு உரத்தகுரலில் அவளை அழைத்தான். அவன் குரல் கேட்டுக் கலவரமடைந்தவர்களாய் வீட்டிலிருந்த அனைவரும் எழுந்து வந்தனர். ரத்த சம்பந்தப்பட்ட உறவு, திருமணம் சம்பந்தப்பட்ட உறவு, பெரியவர்கள், சிறியவர்கள் என அங்கே பதினான்கு பேருக்கும் அதிகமாக இருந்தனர். கடைசியாக வந்தது ஃப்ளோரா மீகெலின் அப்பா நாஹிர் மீகெல். சிவப்புத் தாடியுனுடனும் தன் தாய் நாட்டிலிருந்து வந்தபோது தன்னுடன் கொண்டு வந்ததும் எப்போதும் வீட்டிலிருக்கையில் அணிவதுமான அராபிய நாடோடிகள் அணியும் இடைக்கச்சையுள்ள நீண்ட உள்சட்டையினை அணிந்தும் அவர் காணப்பட்டார். அவரை நான் பலமுறை பார்த்திருக்கிறேன். அவர் நெடுநெடுவென்று உயரமாக, ஒல்லியாக இருப்பார். ஆனால், அவரிடம் என்னைக் கவர்ந்த விஷயம் அந்த அதிகாரத் தோரணைதான்.

"ஃப்ளோரா" என்று அவர் தன்னுடைய மொழியில் அழைத்து, "கதவைத் திற" என்றார்.

அவர் தன் மகளின் படுக்கையறைக்குள் சென்றார். மற்றவர்கள் சந்தியாகோ நாஸாரையே முறைத்துப் பார்த்துக்கொண்டிருந்தனர். அவன் கூடத்தில் மண்டியிட்டு அமர்ந்து கடிதங்களை எடுத்துப் பெட்டியில் அடுக்கிக் கொண்டிருந்தான். "அது ஒரு கழுவாய் போலத் தோன்றியது" என்று அவர்கள் என்னிடம் சொன்னார்கள். சில நிமிடங்கள் கழித்துப் படுக்கையறையிலிருந்து வெளியே வந்தார் நாஹிர் மீகெல். கையை

அசைத்துச் சைகை செய்ததும் அனைவரும் அவ்விடத்தை விட்டு அகன்றனர்.

தொடர்ந்து அவர் அராபிய மொழியிலேயே சந்தியாகோ நாஸாரிடம் பேசினார். "எடுத்த எடுப்பிலேயே, நான் என்ன சொல்கிறேன் என்பதை அவன் கொஞ்சமும் அறிந்திருக்கவில்லை என்பதைப் புரிந்துகொண்டேன்" என்று அவர் என்னிடம் சொன்னார். பிறகு நேரடியாகவே விகாரியோ சகோதரர்கள் அவனைக் கொலைசெய்யக் காத்திருப்பதுபற்றி அவனுக்குத் தெரியுமா எனக் கேட்டார். "அவன் முகம் வெளுத்துப்போய் சமநிலை குலைந்ததைப் பார்த்தபோது அவன் ஒன்றுமறியாதது போல நடித்தான் என்ற பேச்சுக்கே இடமில்லை" என்றார் அவர். பயத்தைவிட குழப்பமே அவனிடம் அதிகம் தென்பட்டதாகவும் சொன்னார்.

"அவர்கள் சொல்வது உண்மையா இல்லையா என்பது உனக்குத்தான் தெரியும்" என்று அவர் அவனிடம் சொன்னார். "ஆனால், எப்படிப் பார்த்தாலும் உனக்கு முன் இரண்டே வழிகள்தான் உள்ளன. இந்த வீட்டில், உனக்குச் சொந்தமான இந்த வீட்டில் நீ மறைந்துகொள். அல்லது வெளியே செல்வதானால் என் துப்பாக்கியை எடுத்துக்கொண்டு போ."

"எனக்கு ஒரு இழவும் புரியவில்லை" என்றான் சந்தியாகோ நாஸார். அவனால் இதைமட்டுமே சொல்ல முடிந்தது. இதையும் அவன் ஸ்பானிய மொழியிலேயே சொன்னான். "நனைந்த சிறு குருவியொன்றைப் போலத் தோன்றினான்" என்று நாஹிர் மீகெல் என்னிடம் சொன்னார். கதவைத் திறக்க முயன்றவனுக்கு கையிலிருந்த பெட்டியை எங்கே வைப்பதென்று தெரியவில்லை. அவன் கையிலிருந்து அவரே அந்தப் பெட்டியை வாங்கிக் கொண்டார்.

"ஒருவனுக்கு எதிராக இரண்டு பேர்" அவர் அவனிடம் சொன்னார்.

சந்தியாகோ நாஸார் வீட்டைவிட்டு வெளியேறினான். அணிவகுப்பு நடக்கும் நாளில் செய்வதைப் போன்று மக்கள் சதுக்கத்தில் நல்ல இடமாகப் பார்த்து நடக்கப் போவதை நன்றாகப் பார்க்கும் வகையில் நின்றிருந்தனர். ஃப்ளோரா மீகெலின் வீட்டிலிருந்து அவன் வெளியே வருவதை அங்கிருந்த அனைவருமே பார்த்தனர். அவர்கள் தன்னைக் கொல்லப் போவது பற்றி இப்போது அவன் தெரிந்துகொண்டான் என்பதை அவர்கள் புரிந்துகொண்டனர். மிகுந்த குழப்பத்தில் இருந்ததால் வீட்டுக்குப் போகும் வழி எதுவென்று அவனுக்கு விளங்கவில்லை. பால்கனியிலிருந்த யாரோ ஒருவர், "அந்த வழியில்லை துருக்கியனே, பழைய படகுத்துறை வழியாக" என்று அவனை நோக்கிக் கத்தியதாகவும் அவர்கள் சொன்னார்கள். சந்தியாகோ நாஸார் கத்தியது யாரென்று பார்த்தான். தன்னுடைய கிடங்கில் வந்து இருக்குமாறு அவனை நோக்கிக் கத்திய யாமில் ஷாயும் தனது வேட்டைத் துப்பாக்கியைக் கொண்டுவரச் சென்றார். ஆனால் தோட்டாக்களை எங்கே வைத்தோம் என்று அவருக்கு நினைவில்லை. எல்லாப் பக்கங்களிலிருந்தும் அவர்கள் அவனை நோக்கிக் கத்த ஆரம்பித்தனர். ஒரே நேரத்தில் பல குரல்களைக் கேட்டதால் சந்தியாகோ நாஸார் குழப்பமடைந்து பலமுறை முன்னும் பின்னுமாகச் சென்று வந்தான். சமையலறை வழியாக வீட்டுக்குள் போக எண்ணி அவன்

சென்று கொண்டிருந்தான் என்பது வெளிப்படை. ஆனால் முன்வாசல் கதவு திறந்திருப்பது திடீரென அவன் நினைவுக்கு வந்திருக்க வேண்டும்.

"அதோ அவன் வருகிறான்" என்றான் பெத்ரோ விகாரியோ.

அவர்கள் இருவரும் ஒரே நேரத்தில் அவனைப் பார்த்தனர். பாப்லோ விகாரியோ தன் கோட்டைக் கழற்றி பெஞ்சின்மீது வைத்தான். கத்தியைச் சுற்றியிருந்த தாளை நீக்கி ஒரு கொடுவாளைப் பிடிப்பதுபோல அதைக் கையில் பிடித்துக்கொண்டான். கடையை விட்டுக் கிளம்பும் முன்பாக தற்செயலாக இருவரும் ஒரே நேரத்தில் சிலுவையிட்டுக் கொண்டனர். அப்போது பெத்ரோ விகாரியோவின் சட்டையைப் பிடித்துக்கொண்ட க்ளோதில்தெ அர்மெந்தா சந்தியாகோ நாஸாரை நோக்கி அவர்கள் அவனைக் கொல்லப் போவதால் வேகமாக ஓடிச்சென்றுவிடும்படி கத்தினாள். மிகுந்த பதற்றத்துடன் கத்தியதால் அவள் குரல் ஏனைய குரல்களை மங்கச் செய்து உரத்து ஒலித்தது. "முதலில் அவன் குழப்பமுற்றான்" என்று க்ளோதில்தெ அர்மெந்தா என்னிடம் சொன்னாள், "யார் கத்துகிறார்கள், எங்கேயிருந்து கத்துகிறார்கள் என்று அவனுக்குப் புரியவில்லை." அவளை அவன் பார்த்தபோது பெத்ரோ விகாரியோவையும் பார்த்தான். க்ளோதில்தெ அர்மெந்தாவைக் கீழே தள்ளிவிட்டு தன் சகோதரனோடு வந்து அவன் சேர்ந்துகொண்டான். சந்தியாகோ நாஸாருக்கும் அவன் வீட்டுக்கும் இடையே ஐம்பது கஜ தூரம்தான் இருந்தது. முன்வாசல் கதவை நோக்கி அவன் ஓடினான்.

அதற்கு ஐந்து நிமிடங்கள் முன்பாக சமையலறையில், எல்லோரும் அறிந்திருந்த அந்தச் செய்தியை விக்தோரியா குஸ்மன் ப்ளாஸிதா லினேரோவிடம் சொன்னாள். ப்ளாஸிதா லினேரோ திடமான உள்ளம் படைத்தவள். எந்தவிதமான அச்சத்தையும் அவள் வெளிக்காட்டிக் கொள்ளவில்லை. இதுபற்றித் தன் மகனிடம் சொன்னாளா என அவள் விக்தோரியா குஸ்மனைக் கேட்டாள். காபி அருந்த அவன் வந்தபோது அதுபற்றித் தனக்கேதும் தெரியாது என்று நேர்மையாகப் பொய் சொன்னாள் விக்தோரியா குஸ்மன். அதே நேரம் புழங்கும் அறையின் தரையைத் துடைத்துக் கொண்டிருந்த திவினா ஃப்ளோர் சதுக்கத்தை நோக்கியிருந்த கதவு வழியாக உள்ளே நுழைந்து சந்தியாகோ நாஸார் படுக்கையறைகளுக்குச் செல்லும் திறந்த படிக்கட்டுகள் வழியாக மேலே செல்வதைப் பார்த்தாள். "மிகத் தெளிவாக அதை நான் பார்த்தேன்" என்று திவினா ஃப்ளோர் என்னிடம் சொன்னாள், "அவர் வெள்ளைக் கோட்டு அணிந்திருந்தார். கையில் எதையோ எடுத்துச் சென்றார். என்னவென்று சரியாகத் தெரியவில்லை ஆனால் அது ஒரு ரோஜாப்பூங்கொத்துப் போல இருந்தது." எனவே ப்ளாஸிதா லினேரோ அவனைப்பற்றிக் கேட்டபோது திவினா ஃப்ளோர் அவளை அமைதிப்படுத்தினாள்.

"ஒரு நிமிடம் முன்புதான் அவர் தன் அறைக்குச் சென்றார்" என்று அவளிடம் அவள் சொன்னாள்.

ப்ளாஸிதா லினேரோ தரையில் கிடந்த கடிதத்தைப் பார்த்தாள். ஆனால், அதை எடுத்துப் பார்க்க வேண்டுமென அவளுக்குத் தோன்றவில்லை. சம்பவம் நடந்தபிறகு ஏற்பட்ட களேபரத்தினிடையே

யாரோ அதைக் காட்டியபோதுதான் அதில் எழுதியிருந்தது என்னவென்று அவள் அறிந்தாள். விகாரியோ சகோதரர்கள் கையில் கத்திகளுடன் தன் வீட்டை நோக்கி ஓடி வருவதைக் கதவு வழியாக அவள் பார்த்தாள். அவள் நின்றிருந்த இடத்திலிருந்து அவளால் அவர்களை மட்டுமே பார்க்க முடிந்தது. வெறொரு கோணத்தில் கதவை நோக்கி ஓடிவந்து கொண்டிருந்த தன் மகனை அவளால் பார்க்க முடியவில்லை. "அவனை வீட்டுக்குள் வைத்துக் கொலை செய்ய அவர்கள் வருகிறார்கள் என நினைத்தேன்" என்று அவள் என்னிடம் சொன்னாள். கதவை நோக்கி ஓடிச் சென்ற அவள் அதை அறைந்து சாத்தினாள். கதவின் குறுக்குச் சட்டத்தை வைத்து அடைக்கும்போது சந்தியாகோ நாஸார் கூக்குரலெழுப்புவதைக் கேட்டாள். அதோடு கதவின் மீதாக எதுவோ வலுவாக இடிக்கும் கடூர சத்தத்தையும் கேட்டாள். ஆனால் சந்தியாகோ நாஸார் மாடியிலிருப்பதாக அவள் நம்பினாள். மேலே பால்கனியிலிருந்தபடி அவர்களை அவன் வசைகூறிக் கொண்டிருப்பதாக நினைத்தாள். அவனுக்கு உதவ எண்ணி மேலே சென்றாள்.

சில வினாடிகள் முன்னால் வந்திருந்தால் சந்தியாகோ நாஸார் வீட்டுக்குள் வந்துவிட்டிருக்க முடியும். முஷ்டியை இறுக்கிக் கொண்டு பலமாக அவன் கதவைத் தட்டினான். அதே நேரம் திரும்பி நிராயுதபாணியாக தன் எதிரிகளைச் சந்திக்கவும் தயாரானான். "எங்களை அவன் எதிர்கொண்ட விதத்தைப் பார்த்துப் பயந்து போனேன்" என்று பாப்லோ விகாரியோ என்னிடம் சொன்னான். "ஏனென்றால் வழக்கமாக இருப்பதைப்போல இரண்டு மடங்கு பருமனுடன் இருப்பதுபோல அவன் தோன்றினான்." நேராகக் கத்தியைக் கொண்டே அவனது வலப்புறமாகத் தாக்கிய பெத்ரோ விகாரியோவின் முதல் குத்தைத் தடுக்க கையை உயர்த்தினான் சந்தியாகோ நாஸார்.

"வேசை மகன்களே" என்று அவன் கத்தினான். கத்தி அவனது வலது உள்ளங்கையில் நுழைந்தது. பிறகு அவனது விலாப்புறத்தில் கைப்பிடி விளிம்புவரை ஆழப்புதைந்தது. வேதனையில் அவன் அலறியது எல்லாருக்கும் கேட்டது.

"ஐயோ, அம்மா."

மிருகங்களைக் கொல்லும் இரும்பு மணிக்கட்டினைக் கொண்டவனான பெத்ரோ விகாரியோ தன் கத்தியை எடுத்து கிட்டத்தட்ட அதே இடத்தில் மறுபடியும் குத்தினான். "அதில் ஆச்சரியம் என்னவென்றால் வெளியே எடுக்கும்போது கத்தி சுத்தமாக இருந்தது" விசாரணை நீதிபதியிடம் தெரிவித்தான் பெத்ரோ விகாரியோ. "அதை அவன்மீது மூன்று முறை பயன்படுத்தினேன் இருந்தும் கத்தியில் ஒரு சொட்டு ரத்தம்கூட இல்லை." மூன்றாவது குத்துக்குப்பின் கைகளைக் குறுக்காக வைத்தபடி சுருண்டான் சந்தியாகோ நாஸார். ஒரு கன்றுக்குட்டி வேதனையில் முனகுவதுபோல ஒலியெழுப்பினான். அவர்களுக்கு முதுகு காட்டியபடி திரும்ப முயன்றான். அவனுக்கு இடதுபுறமாக இருந்த பாப்லோ விகாரியோ பிறகு அவன் முதுகில் காணப்பட்டதான அந்த ஒரே குத்தைக் குத்தினான். முதுகிலிருந்து உயர் அழுத்தத்தில் ரத்தம் பீறிட்டு அவன் சட்டையை நனைத்தது.

“அந்த ரத்தம் அவனைப் போலவே வாசமடித்தது” என்று அவன் என்னிடம் சொன்னான். மூன்று மோசமான காயங்களைப் பெற்ற பிறகு சந்தியாகோ நாஸார் மீண்டும் முன்பக்கமாகத் திரும்பினான். தன் அம்மாவின் கதவின்மீது முதுகைச் சாய்த்தான். சிறு எதிர்ப்பையும் அவன் காட்டவில்லை. அவர்கள் இருவரும் சம பங்கெடுத்து அவனைக் கொன்று முடிக்க அவனே அவர்களுக்கு உதவ விரும்புவதுபோலத் தோன்றியது. “அதன் பிறகு அவன் கத்தவேயில்லை” என்று விசாரணை நீதிபதியிடம் சொன்னான் பெத்ரோ விகாரியோ, “மாறாக அவன் சிரிப்பதுபோலத் தோன்றியது.” பிறகு கதவின்மீது வைத்து மாறிமாறி இருவரும் அவனை அதிகச் சிரமமின்றி குத்தினர். அச்சத்தின் மறுபக்கத்தில் கண்ட அலைப்பற்ற கழிமுகத்தில் சிறு சலனமும் இன்றி மிதந்துகொண்டிருந்தனர். தன் குற்றத்தினால் தானே கலவரமுற்ற நகரத்தின் கூச்சல்கள் அவர்கள் காதில் விழவில்லை. “குதிரையின் மீது வேகமாக சவாரி செய்யும்போது உணர்வதுபோல உணர்ந்தேன்,” என்று பாப்லோ விகாரியோ சொன்னான். ஆனால் இருவருமே திடீரென யதார்த்த உலகுக்கு மீண்டனர். காரணம், அவர்கள் சோர்ந்து போனதுதான். அதோடு சந்தியாகோ நாஸார் சீக்கிரம் செத்து விழுவதுபோலவும் தெரியவில்லை. “அடத்தூ, தம்பி! ஒரு மனிதனைக் கொல்வது எத்தனைக் கடினமான செயல் என்று உனக்குத் தெரியாது” என்று என்னிடம் பாப்லோ விகாரியோ சொன்னான். ஒரேயடியாக வேலையை முடிக்க எண்ணி அவன் இதயம் எங்கே இருக்கிறதெனப் பார்த்தான் பெத்ரோ விகாரியோ. அதை அவன் கிட்டத்தட்ட கட்கத்துக்கு அருகே தேடினான். ஏனென்றால் பன்றிகளுக்கு இதயம் அந்த இடத்தில்தான் இருக்கும். உண்மையில் சந்தியாகோ நாஸார் விழாததற்கு காரணம் கதவோடு சேர்த்து அவனைப் பிடித்தபடி அவர்கள் கத்தியால் குத்திக் கொண்டிருந்ததுதான். வெறுத்துப்போன பாப்லோ விகாரியோ அவன் வயிற்றில் கிடைமட்டமாக ஒரு ஒரு கீறு கீறினான். குடல் பிதுங்கி வெளியே வந்தது. பெத்ரோ விகாரியோவும் அதுபோலவே செய்ய நினைத்தான். ஆனால் அந்தக் கோரத்தைக் கண்டு அவன் மணிக்கட்டு தானாகவே முறுக்கிக்கொள்ள சந்தியாகோ நாஸாரின் தொடையில் ஆழமாக ஒரு வெட்டு வெட்டினான். சிறிது தெம்புடன் கதவில் சாய்ந்திருந்த சந்தியாகோ நாஸார் தன் உடலின் உள்ளுறுப்புக்களை சூரியனின் ஒளியில் முழுதாகவும் தெளிவாகவும் தன் கண்ணாலேயே கண்டபின் கீழே சரிந்து மண்டியிட்டு விழுந்தான்.

ப்ளாஸிதா லினேரோ படுக்கையறையில் அவனைத் தேடிப் பார்த்தாள். சத்தம்போட்டு அழைத்துப் பார்த்தாள். எங்கிருந்து வருகிறது எனத் தெரியாத தன்னுடையதல்லாத வேறு சில கூக்குரல்களையும் கேட்டாள். பிறகு சதுக்கத்தைப் பார்த்து அமைந்திருந்த ஜன்னலருகே சென்றவள் விகாரியோ சகோதரர்கள் தேவாலயத்தை நோக்கி ஓடுவதைப் பார்த்தாள். அவர்களுக்குப் பின்னால் துரத்தியபடியே தன் ஜாகுவார் துப்பாக்கியுடன் யாமில் ஷாயுமும் இன்னும் சில ஆயுதமற்ற அராபியர்களும் ஓடினர். ஆபத்து நீங்கிவிட்டதென நினைத்தாள் ப்ளாஸிதா லினேரோ. பிறகு படுக்கையறை பால்கனிக்குச் சென்றவள் கீழே முன்வாசல் கதவருகே முகம் புழுதியில் குப்புறக் கவிழ்ந்திருக்க சந்தியாகோ நாஸார் தன் ரத்தத்திலிருந்து தானே எழ முயன்று கொண்டிருப்பதைப் பார்த்தாள். அவன் ஒரு

பக்கம் சாய்ந்தவாறே எழுந்து நின்றான். வெளியே தொங்கிய குடலைக் கையிலேந்தியபடி பிரமை பிடித்தவன்போல நடக்க ஆரம்பித்தான்.

வீட்டை முழுவதுமாகச் சுற்றி நூறு கஜத்திற்கும் மேலாக நடந்து சமையலறைக் கதவு வழியாக உள்ளே நுழைந்தான். இன்னும் அவனுக்குப் போதுமான சுவாதீனம் இருந்தது. தெருவழியாகச் சென்றால் நீண்ட தூரமாக இருக்கும் என்பதால் பக்கத்து வீட்டின் வழியாகச் சென்றான். பான்ச்சோ லனாவ் அவன் மனைவி மற்றும் அவர்களது ஐந்து பிள்ளைகள் இவர்களுக்கு தங்கள் வீட்டிலிருந்து இருபதடி தொலைவில் நடந்தது எதுவுமே தெரிந்திருக்கவில்லை. “அந்தக் கூச்சலை நாங்களும் கேட்டோம்” என்று அவர் மனைவி என்னிடம் சொன்னாள். “ஆனால் அது பிஷப் வருகைக்கான கொண்டாட்டத்தின் ஒரு பகுதி என நினைத்தோம்.” ரத்தத்தில் நனைந்தவனாய்க் குடலைக் கையிலேந்தியபடி அவன் வந்தபோது அவர்கள் காலை உணவுக்கு அமர்ந்திருந்தனர். பான்ச்சோ லனாவ் என்னிடம் சொன்னார். “என்னால் மறக்க முடியாதது எதுவென்றால் அந்த மல நாற்றம்தான்.” ஆனால் சந்தியாகோ நாஸார் வழக்கமான அவனது அழகான நடையுடன் அடிகளை அளந்து எடுத்து வைத்தபடி வந்ததாகச் சொன்னாள் அவரது மூத்த மகள் அர்ஜெனிதா லனாவ். தன்போக்கில் தொங்கும் சுருண்டு நீண்ட கேசங்களுடன் அவனது அராபிய முகம் எப்போதையும்விட அழகுடன் காணப்பட்டதாகவும் அவள் சொன்னாள். உணவு மேசையைக் கடந்து சென்றபோது அவர்களைப் பார்த்து அவன் புன்னகைத்தான். படுக்கையறைகள் வழியாகச் சென்று வீட்டின் பின்புறக் கதவை அடைந்தான். “அதிர்ச்சியில் நாங்கள் செய்வதறியாது நின்றோம்” அர்ஜெனிதா லனாவ் என்னிடம் சொன்னாள். என் அத்தை வெனிஃப்ரீதா மார்க்கேஸ் ஆற்றின் அந்தப் பக்கம் தன்வீட்டு வாசலில் பெரிய ஷாட் மீன் ஒன்றை செதில் நீக்கிச் சுத்தம் செய்து கொண்டிருக்கையில் அவன் பழைய படகுத் துறையின் படிகளில் இறங்கி பாதத்தைத் திடமாக வைத்து வீட்டுக்குப்போக வழிதேடிக் கொண்டிருப்பதைப் பார்த்தாள்.

“மகனே சந்தியாகோ” என்று அவனை நோக்கி அவள் கத்தினாள். “என்னவாயிற்று உனக்கு?”

“அவர்கள் என்னைக் கொன்றுவிட்டார்கள், வெனிம்மா” என்று அவன் சொன்னான்.

கடைசிப் படியில் தடுமாறினாலும் சுதாரித்து எழுந்தான். “குடலில் ஒட்டிய தூசைத் தட்டிவிடும் அளவுக்கு அப்போதும் அவன் கவனமுடன் இருந்தான்” என்று என் அத்தை வெனி என்னிடம் சொன்னாள். ஆறு மணியிலிருந்தே திறந்துகிடந்த தன் வீட்டுப் பின் கதவு வழியாக உள்ளே நுழைந்தவன் சமையலறையில் முகம் குப்புற விழுந்தான்.